எது ஆன்மீகம்

வெ. இறையன்பு

நியூ செஞ்சுரி புக் ஹவுஸ் (பி) லிட்.,
41-பி, சிட்கோ இண்டஸ்டிரியல் எஸ்டேட்,
அம்பத்தூர், சென்னை– 600 050.
☎ 044 – 26251968, 26258410, 48601884

Language: Tamil
Ethu Aanmikam
Author: V.Iraianbu
First Edition: December, 2017
Second Edition: February, 2021
Copyright: Publisher
No. of pages: vi+46=52
Publisher:
New Century Book House Pvt. Ltd.,
41-B, SIDCO Industrial Estate,
Ambattur, Chennai - 600 050.
Tamilnadu State, India.
email: info@ncbh.in
Online: www.ncbhpublisher.in

ISBN: 978 -81-2343-663-0
Code No. A3822

₹ 90.00

Branches

Ambattur (H.O.) 044 - 26359906, **Spenzer Plaza (Chennai)** 044-28490027 **Trichy** 0431-2700885 **Pudukkottai** 04322- 227773 **Tanjore** 04362-231371 **Tirunelveli** 0462- 2323990, 4210990, **Madurai** 0452-2344106, 4374106 **Dindigul** 0451-2432172 **Coimbatore** 0422-2380554 **Erode** 0424-2256667 **Salem** 0427-2450817 **Hosur** 04344-245726 **Krishnagiri** 0434-3234387 **Ooty** 0423-2441743 **Vellore** 0416-2234495 **Villupuram** 04146-227800 **Pondicherry** 0413-2280101 **Nagercoil** 04652-234990

எது ஆன்மீகம்
ஆசிரியர்: **வெ.இறையன்பு**
முதல் பதிப்பு: டிசம்பர், 2017
இரண்டாம் பதிப்பு: பிப்ரவரி, 2021

அச்சிட்டோர்: **பாவை பிரிண்டர்ஸ் (பி) லிட்.,**
16 (142), ஜானி ஜான் கான் சாலை, இராயப்பேட்டை, சென்னை - 14
☎: 044-28482441

All rights reserved. No part of this book may be reprinted or reproduced or utilised in any form or by any electronic, mechanical, or other means, now known or hereafter invented, including photocopying and recording, or in any information storage or retrieval system, without permission in writing from the publishers.

முன்னுரை

2005ஆம் ஆண்டிலிருந்து ஆண்டுதோறும் ஆகஸ்ட் மாதத்தில் பன்னிரண்டு நாட்களுக்கு மக்கள் சிந்தனைப் பேரவையால் ஈரோடு புத்தகத்திருவிழா நடத்தப்பட்டு வருகிறது. இப்புத்தகத் திருவிழாவில் பல சிறப்பம்சங்கள் இடம் பெற்றிருப்பினும் தினசரி மாலை 6 மணிக்குத் தொடங்கும் 'சிந்தனை அரங்கம்' என்ற சொற்பொழிவு நிகழ்ச்சி அவற்றுள் முதன்மையானதாகும்.

கடந்த பதிமூன்று ஆண்டுகளாக நடைபெற்றுவரும் புத்தகத் திருவிழாவின் சிந்தனை அரங்க நிகழ்வுகளில் முனைவர் வெ.இறையன்பு ஐ.ஏ.எஸ் அவர்கள் நான்கு முறை சிறப்புச் சொற்பொழிவாற்றியுள்ளார். ஒவ்வொரு சொற்பொழிவும் தனித்தன்மை கொண்டதாகும். கூறுவது கூறல் இல்லாதிருப்பது மட்டுமல்ல, அதே மேடையில் நிகழ்த்தப்பட்ட இவரது பிற சொற்பொழிவுகளின் சாயல் கூட இன்னொரு சொற்பொழிவில் இல்லாதிருப்பது வியக்கத்தக்கது.

மூன்று முனைவர் பட்டம் பெற்றவர், மாணவப் பருவத்திலிருந்தே மேடையில் பேசத் தொடங்கி ஏராளமான தலைப்புகளில் உரை நிகழ்த்திய அனுபவம் மிக்கவர், பல சிறப்புமிக்க புத்தகங்களை எழுதிய நூலாசிரியர், நிர்வாகத் திறமை மிக்க அரசு உயர் அதிகாரி போன்ற பன்முக ஆளுமை மிக்கவர் என்பதை அனைவரும் அறிவோம்.

இத்தகைய பயிற்சியும் பக்குவமும் பின்புலமும் உள்ள தேர்ந்த சொற்பொழிவாளரான முனைவர் வெ.இறையன்பு அவர்கள், ஈரோடு புத்தகத் திருவிழா உரையை ஒரு வேள்வி போல் தயாரித்துள்ளார் என்பதை அவரது ஒவ்வொரு உரை நிகழ்த்தப்பட்ட பின்னரும் நம்மால் உணர்ந்துகொள்ள முடிகிறது.

இந்த வரிசையில் 2017ஆம் ஆண்டு நடைபெற்ற 13ஆவது ஈரோடு புத்தகத் திருவிழா மேடையில் நிகழ்த்தப்பட்ட 'எது ஆன்மீகம்' என்ற தலைப்பிலான உரை இப்போது நூல் வடிவில் வெளிவருகிறது.

முனைவர் வெ.இறையன்பு அவர்கள் நேர்மை, திறமை, எளிமை என்ற மூன்று முக்கியப் பண்புகளை உள்ளடக்கிய ஆளுமையாகத் திகழ்கிறார். ‘செய்வன திருந்தச் செய்’ என்ற வாசகமே இவர் வாழ்வின் தாரக மந்திரமாக விளங்குகிறது. ‘உழைப்பின் வாரா உறுதிகள் உளவோ’ என்ற வரிக்கு இவரது உழைப்பும் உயர்வுமே பொருத்தமான உதாரணங்களாகும். இத்தனை சிறப்பம்சங்களும் ‘எது ஆன்மீகம்’ என்ற தலைப்பில் நிகழ்த்தப்பட்ட இவரின் உரையில் பிரதிபலிக்கிறது.

இவ்வுரை சுமார் ஏழாயிரத்திற்கும் மேற்பட்ட பார்வையாளர்கள் முன்னிலையில் ஏறத்தாழ ஒன்றே முக்கால் மணி நேரம் நிகழ்த்தப் பட்டதாகும்.

கைதேர்ந்த கலைநுட்பத்தோடு செதுக்கப்பட்ட கச்சிதமான சிலை போல இவ்வுரை அமைந்துள்ளது. அர்த்த அடர்த்திமிக்க உரைகள் ஈர்ப்புமிக்கதாக இருப்பதில்லை. கேட்போர் வியக்க உயிரோட்டத்துடன் நிகழ்த்தப்படும் உரைகள் பெரும்பாலும் கருத்துக் கருவூலங்களாக விளங்குவதில்லை. முனைவர் வெ.இறையன்பு அவர்களின் ‘எது ஆன்மீகம்’ என்ற இந்த ஈரோட்டு உரை இரண்டு அம்சங்களும் கலந்த ஒரு முழுமைபெற்ற உரையாகத் திகழ்கிறது.

இந்த நெடிய உரையைக் கேட்ட பல்லாயிரம் பார்வையாளர்களில் ஒருவர் கூட இடையில் எழுந்து செல்லவில்லை என்பது மட்டுமல்ல, அமர்ந்திருந்த அனைவருமே மிகுந்த கவனத்தோடும் உன்னிப்பாகவும் இவ்வுரையை முழுமையாகக் கேட்டனர்.

படிப்படியாக மாநிலத் தன்மைகொண்ட நிகழ்வாக ஈரோடு புத்தகத் திருவிழா பரிணாம வளர்ச்சி பெற்றுள்ள நிலையில், அண்டை மாவட்டங்களிலிருந்து மட்டுமல்லாது தொலைதூர மாவட்டங் களிலிருந்தும் புத்தகங்கள் வாங்குவதற்கும் உரை கேட்பதற்குமாக வந்திருந்த நூற்றுக்கணக்கானோரும் இக்கூட்டத்தின் பார்வையாளர் பட்டியலில் அடங்குவர்.

‘எது ஆன்மீகம்’ என்ற தலைப்பு இக்காலகட்டத்திற்கு ஏற்ற தென்பதோடு, கற்றறிந்த பொது மனிதர் என்ற நிலையில் இவர் எந்தக் கோணத்தில் இந்தத் தலைப்பை அணுகப் போகிறார் என்று அறிந்து கொள்ள வேண்டும் என்ற ஆர்வமும் எதிர்பார்ப்பும் பார்வையாளர்களுக்கு இருந்ததை அந்நாளில் நம்மால் உணர்ந்து கொள்ள முடிந்தது.

ஈரோடு புத்தகத் திருவிழாவைப் பொறுத்தவரை சொற்பொழிவாளர்களைப் போலவே பார்வையாளர்களும் பாராட்டத்தக்கவர்களாகத் திகழ்கின்றனர். பேச்சாளரின் ஆற்றலும் பார்வையாளர்களின் ஆர்வமும் ஒன்றுக்கொன்று இசைவானதாகத் திகழ்வதால் பேச்சாளரின் முழுத் திறமையும் வெளிப்படுகிற களமாக சிந்தனை அரங்க மேடை விளங்குகிறது. ஈரோடு புத்தகத்திருவிழாவின் முத்திரை பதிக்கத்தக்க உரையொன்று புத்தகமாக வருவது கண்டு மகிழ்ச்சியடைகிறோம்.

ஈரோடு புத்தகத்திருவிழாவையும் அதன் சிந்தனை அரங்க நிகழ்வையும் வந்திருந்த பார்வையாளர்களையும் மனதார மதித்து, முழுத்தயாரிப்புடன் வருகைபுரிந்ததோடு முழுவீச்சோடு 'எது ஆன்மீகம்' என்ற தலைப்பில் உரை நிகழ்த்திய முனைவர் வெ.இறையன்பு அவர்களுக்கும் இவ்வுரை காற்றில் கலந்துவிட்ட பேரோசையாகப் போய்விடாமல் அச்சு வடிவில் ஆவணப்படுத்திய நியூசெஞ்சுரி புத்தக நிறுவனத்திற்கும் மக்கள் சிந்தனைப் பேரவையின் சார்பில் மனமார்ந்த நன்றியைத் தெரிவித்துக் கொள்கிறோம்.

இந்நூல் தமிழ் மக்கள் மத்தியில் மிகுந்த வரவேற்பைப் பெறும் என்று நம்புகிறோம். இக்காலச் சூழலில் தமிழர்கள் அனைவரும் வாசிக்க வேண்டிய நூலென்றும் கருதுகிறோம்.

இடம்: ஈரோடு
நாள்: 20-11-2017

த.ஸ்டாலின் குணசேகரன்
மாநிலத் தலைவர்
மக்கள் சிந்தனைப் பேரவை

2017–ஆம் ஆண்டு ஈரோடு மாநகரில்
மக்கள் சிந்தனைப் பேரவையால் நடத்தப்பட்ட
புத்தகத் திருவிழாவில் 06-0:-2017 அன்று மாலை நிகழ்த்திய
சொற்பொழிவின் சுருக்கம்

அவையோரே, ஆன்றோரே,
வணங்குகிறேன், வாழ்த்துகிறேன்.

பகுத்தறிவிற்கும் பண்பாட்டிற்கும் உறைவிடமாகத் திகழும் உன்னதமான ஈரோட்டுத் திருநகரில் அறிவின் வெளிச்சத்தை உயரத்தில் ஏற்றி வைக்கும் ஒப்பற்ற நிகழ்வாக நடக்கும் புத்தகத் திருவிழாவில் உங்களைச் சந்திப்பதில் மகிழ்ச்சியடைகிறேன்.

அறிவு ஒரு காலத்தில் சிலரிடம் மட்டுமே தேங்கியிருந்தது. அவர்கள் தங்கள் முந்தானையில் முடிந்துவைத்திருக்கும் சாவிக்கொத்தாக வாசிப்பும், வளமும் தேங்கியிருந்தன. ஓலைச்சுவடிகளிலிருந்தும், பாப்பிரஸ் என்கிற நீர்த்தாவரப் பட்டைகளிலிருந்தும், பார்ச்மென்ட் என்கிற மிருகத்தோல்களிலிருந்தும் மூலப்பிரதிகளை நகலெடுக்க மத நிறுவனங்களைச் சார்ந்த ஸ்கிரைப்ஸ் என்கிற எழுத்தர்களுக்கு மட்டுமே

உரிமையுண்டு. எதை நகலெடுப்பது என்பதை அவர்களே தீர்மானிப்பார்கள். ஏற்கெனவே நிறுவப்பட்ட கருத்துகளுக்கு மாற்றாக ஏதேனும் இருந்தால் மூலப்பிரதி மூலையில் எறியப்படும்.

நகலெடுப்பது கடுமையான பணி. மின்சாரமில்லாத காலத்தில் பகலில் மட்டுமே பார்த்துப் பார்த்து நகலெடுக்க வேண்டும். அதற்கு நிறைய நேரம் தேவைப்படும். அறிவுப் பசி இருந்தவர்கள் அனைவருக்கும் அப்பிரதிகளைப் பெறுவதற்கு வசதிகள் இருக்க வாய்ப்பு இல்லை. பண பலமும் இருந்தால் மட்டுமே பொருளைக் கொடுத்து பொருள் பொதிந்த நூல்களின் நகல்களைப் பெற்று வாசிக்க முடியும்.

அச்சு இயந்திரம் வந்தபோது அறிவு பொதுவுடைமையானது, வாசிப்புப் பரவலானது. புத்தகங்களோடு புரட்சி தொடங்கியது. அதனால்தான் லெனின் "புத்தகங்கள் புரட்சிக்கு துணையிருக்கும் தோழர்கள்" என்று புகழாரம் சூடினார்.

அச்சு புழக்கத்திற்கு வந்தபோது மலிவு விலையில் நூல்கள் கிடைத்தன. எதை நகலெடுப்பது என்கிற ஏகபோக உரிமை தூக்கியெறியப்பட்டது. எல்லாவிதமான நூல்களையும் பதிப்பிக்க வாய்ப்புகள் வாசலை அகலத் திறந்து வைத்தன. ஒரு சாரார் மட்டுமே கல்வி என்கின்ற தேனை உறிஞ்சிக் குடிக்க முடியும் என்கிற நிலை மாறி அறிவு என்கிற ஆற்றில் ஓடுகிற தண்ணீரை யார் வேண்டுமானால் அவர்களுடையை ஆற்றலுக்கு ஏற்ப அள்ளிக் குடிக்க முடியும் என்கிற நிலை ஏற்பட்டது.

வெறும் மதம் சம்மந்தப்பட்ட புத்தகங்கள் மட்டும் சுற்றில் இருந்த நிலை மாறி அறிவியல், இலக்கியம், சரித்திரம், பூகோளம், மானுடவியல், படைப்பிலக்கியம், நாடகம் போன்ற அனைத்துத் துறைகளிலும் நூல்கள் மக்களைச் சென்றடைந்தன. பலரும் படிப்பறிவு பெற முயன்றனர். பள்ளிகளும், கல்லூரிகளும் பெருகின. நூலகங்கள் புதிது புதிதாக உருவாகின. முதல் தலைமுறையினரும் படிக்க முடியும் என்கிற இணக்கமான சூழல் ஏற்பட்டது.

புத்தகங்கள் வரலாற்றை மட்டும் பதிவுசெய்யவில்லை, வரலாற்றையே மாற்றியமைத்தன.

ஒரே ஒரு புத்தகம் அதுவரை உலகம் கொண்டிருந்த சிந்தனைப் போக்கை மாற்றியமைத்தது.

ஒரே ஒரு நூல் தூங்கிக்கொண்டிருந்த மக்களின் உள்ளத்தில் விழிப்புணர்வை ஏற்படுத்தியது.

ஒரே ஒரு நூல் மனித சாம்ராஜ்ஜியம் செய்திருந்த கற்பனைகளை உடைத்தெறிந்தது.

ஒரே ஒரு நூல் நாம் கட்டமைத்திருந்த மானுடம் பற்றிய பிம்பங்களை உடைத்து நொறுக்கியது.

உலகத்தை மாற்றிய புத்தகங்கள் ஒரு பக்கம், தனி மனிதர்களை சீர்திருத்திய புத்தகங்கள் ஒரு பக்கம்.

அறம், பொருள், இன்பம் ஆகியவற்றில் எவ்வாறு மனிதன் நடந்து கொள்ள வேண்டும் என்பதை எல்லா காலத்திற்கும், எல்லா கண்டத்திற்கும் ஏற்றவாறு வழங்கி இன்றும் அத்தனை குறளும் மேற்கோள் காட்டப்படும் மகத்தான நூலாகத் திகழும் திருக்குறள்,

அரசு நிர்வாகம் எவ்வாறு அமைய வேண்டும் என்பதையும் தத்துவ ஞானியாக இருக்கும் தலைமை நிர்வாகியே தூய்மையான கைகளோடு மக்களை துயரத்திலிருந்து மீட்க முடியும் என்ற கோட்பாட்டை குறிப்பிட்ட அது இன்றும் ஆள்பவர்களுக்கு ஆதர்சம் என்பதையும் எடுத்துரைத்த பிளாட்டோ எழுதிய குடியரசு,

மேற்கத்திய நாடுகளின் இலக்கியங்களில் குறியீடுகளையும், புனைகதைகளையும் இன்றும் இரவலாக வழங்கிக்கொண்டிருக்கிற இலியட், ஒடிசி என்ற கிரேக்க மகா காவியங்கள்,

இலியட், ஒடிசி ஆகிய இரண்டின் நீளத்தைக்காட்டிலும் அதிகமாய் நீளும் மகத்தான இதிகாசம் மகாபாரதம்,

உண்மையை விளக்க முடியாது, விளக்க முயன்றால் அது பொய்யாகிவிடும் என்பதை கோடிட்டுக் காட்டிய லாவோட்சு எழுதிய தாவோ டீச்சிங்,

போர் புரியும் நாடுகளுக்கு இன்றும் போர்க்கலையைக் கற்றுத்தரும் வகையில் அமைந்திருக்கும் சன் ஷூ-வின் போர்க்கலைப் புத்தகம்,

நீதியின் இயற்கை நியதிகளை அன்றே எடுத்துச் சொன்ன சிலப்பதிகாரம்,

எண்ணற்ற நாடுகளில் ஆட்சியதிகாரத்தை மாற்றியமைத்த கார்ல் மார்க்சும், ஏங்கல்சும் எழுதிய கம்யூனிஸ்ட் மானிஃபெஸ்டோ,

மகாத்மாவின் மனத்தை மாற்றியமைத்த கடையனுக்கும் கடைத்தேற்றம் என்கிற ஜான் ரஸ்கின் எழுதிய புத்தகம் ,

ஜனத்தொகை பற்றிய புரிதலை சரியான திக்கில் ஏற்படுத்திய மால்தூஸ் எழுதிய மக்கட்தொகைக் கருத்தாக்கம்,

கனவுகளின் பலன்கள் என்கின்ற சிக்மண்ட் ஃப்ராய்டின் புத்தகம் ,

அமெரிக்க இளைஞர்களை பிரிட்டிஷ் சர்வாதிகாரத்திலிருந்து விடுதலைபெறத் தூண்டிய பொது புத்தி என்கிற தாமஸ் பெயின் எழுதிய புத்தகம்,

குடிமக்களின் உரிமைகளை அரசு பாதுகாக்காவிட்டால் அதைத்

தூக்கியெறியும் அதிகாரம் மக்களுக்கு உண்டு என்று பிரஞ்சுப் புரட்சியை நியாயப்படுத்தி அவர் எழுதிய மனிதனின் உரிமைகள் மற்றொரு திசைதிருப்பிய ஆவணம்,

மகத்தான நாடு எப்படி இருக்க வேண்டும் என்பதைக் கனவு கண்டு தாமஸ் மூர் எழுதிய உடோப்பியா என்கிற ஒப்பற்ற நூல்,

படைப்பால் மனிதன் உருவானான் என்கிற அறிவியலற்ற பார்வையை தகர்த்தெறிந்த சார்லஸ் டார்வின் எழுதிய இயற்கைத் தேர்வு கருத்தாக்கம்,

குடும்பக் கட்டுப்பாட்டிற்கு முதல் முறையாக முன்மொழிந்த திருமணமான இளம் தம்பதியருக்கு கைத்துணை என்று சார்லஸ் பிராட்லா எழுதிய நூல்,

நிறவெறியின் கோர முகத்தை உலகிற்கு உணர்த்திய ஹாரியட் பீச்சர் ஸ்டவ் எழுதிய அங்கிள் டாமின் அறை,

விடுதலை குறித்து ஜான் ஸ்டீவர்ட் எழுதிய நூல்.

நாடுகளின் பொருளாதாரம் என்கிற தலைப்பில் திறந்த சந்தையை 1776ஆம் ஆண்டு முன்மொழிந்த ஆடம் ஸ்மித்தின் புத்தகம்,

கொரில்லா போர் முறையைக் குறித்து சேகுவாரா எழுதிய அற்புதமான நூல்,

ஆங்கில மொழியையும், இலக்கியத்தையும் மாற்றியமைத்த ஷேக்ஸ்பியரின் மகத்தான நாடகங்கள்,

பொதுவுடைமை குறித்து நையாண்டி செய்த மிருகப் பண்ணை என்கிற ஜார்ஜ் ஆர்வெலின் புத்தகம்,

போர் என்பது எத்தகைய கொடுமையானது என்பதை பல்வேறு கோணங்களிலிருந்து சித்திரித்த டால்ஸ்டாயின் போரும் அமைதியும் என்கிற புதினம்,

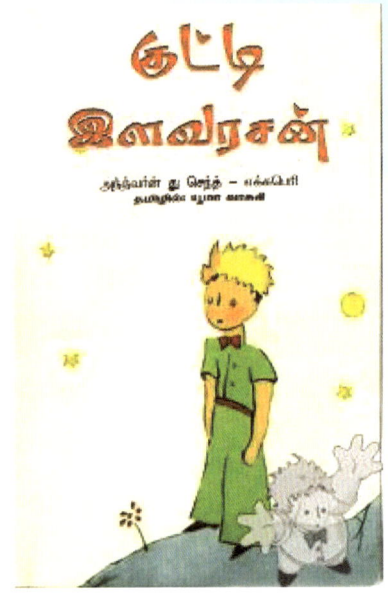

குழந்தைகள் உலகம் அலாதியானது, அதை பெரியவர்களால் ஒருபோதும் உணர முடியாது என்பதை உணர்த்திய ஆந்தனி த எக்சுபரியினுடைய குட்டி இளவரசன்,

மனிதன் மரிக்கலாம், ஆனால் தோல்வியடையக் கூடாது என்கிற கருத்தை உணர்த்திய கிழவனும், கடலும் என்கிற நூல்,

நாஜி நடத்திய சித்ரவதை முகாம்களின் நடவடிக்கைகளைப் பதிவுசெய்த ஆனி ஃப்ராங்க் எழுதிய சிறுமியின் நாட்குறிப்புகள்,

கங்கை நதிப்புரத்து கோதுமைப் பண்டம், காவிரி வெற்றிலைக்கு மாறுகொள்வோம், வங்கத்தில் ஓடிவரும் நீரின் மிசையால், மையத்து நாடுகளில் பயிர் செய்குவோம் என்று தீர்க்கதரிசியாய் இந்திய இறையாண்மையை, நதிகளின் இணைப்பை முன்மொழிந்த மகாகவி பாரதியின் பாடல்கள்,

'கொலைவாளினை எடடா, மிகு கொடியோர் செயல் அறவே' என சங்கே முழக்கம் செய்த புரட்சிக் கவிஞர் பாரதிதாசனின் பாடல்கள்,

கடவுள் மாயை என்கிற சர்ச்சையை எழுப்புகிற ரிச்சர்ட் டாக்கின்ஸ் புத்தகம்,

இப்படி எண்ணற்ற புத்தகங்கள் நம் சிந்தையில் நுழைந்து எண்ணற்ற சிந்தனைகளைக் கிளறி நம்மைப் புதிய கோணத்தில் சிந்திக்க வைத்திருக்கின்றன.

மரங்களில்லாத மலையை,
அலைகளில்லாத கடலை,

மலர்களில்லாத பூங்காவை,
மனிதர் இல்லாத திருவிழாவை,
இனிப்பு இல்லாத விருந்தை,
வாசலில்லாத இல்லத்தை,

எப்படிக் கற்பனை செய்ய முடியாதோ அதைப்போல புத்தகமில்லாத உலகத்தை நம்மால் ஒருபோதும் கற்பனை செய்ய முடியாது. அப்படிச் செய்தால் உலகம் அழிந்துபோவதைப்போன்ற அச்சம் நமக்கு நேரத் தொடங்கும்.

நான் சிந்திக்கிறேன், அதனால் இருக்கிறேன் என்று டெகார்டஸ் குறிப்பிட்டார். நாம் வாசிக்கிறோம், அதனால் வாழ்கிறோம் என்று சொல்ல வேண்டிய சூழலில் நாம் இருக்கிறோம்.

வாசிக்காவிட்டால் உலகைப் பார்க்க உதவும் சாளரங்கள் மூடிக்கொள்ளும், வெளிச்சம் வெளிநடப்பு செய்யும். அப்போது இருட்டு குடித்தனம் நடத்தும், சிந்தனைகள் உதிர்ந்துபோகும், மனம் தீய எண்ணங்களின் பட்டறையாகும், குண்டு சட்டியே நமக்கு குவலயமாகும்.

வாசிப்பது நமக்கு ஆடைகளைத் தருகிறது. சமயத்தில் நம் பழைய எண்ணங்களைத் தோலுரித்து புதிய எண்ணங்களை வளர்க்க உதவுகிறது. நம் ஆற்றலுக்கு சிறகு முளைக்க வைக்கிறது. நம் விழிகளுக்கு அது மூக்குக்கண்ணாடியாகவும் இருக்கிறது, தொலைநோக்கியாகவும் திகழ்கிறது.

நிறைய வாசிப்பது நல்லது. அதைவிட நிறைவாக வாசிப்பது நல்லது. வாசித்தவற்றை அசைபோட்டு உள்வாங்கி நல்ல கருத்துக்களை செரித்து அவற்றை உடலின் ஓர் அங்கமாக ஆக்கிக்கொள்வது அவசியம்.

சிலர் நிறைய படித்திருப்பார்கள், ஒரு வரிகூட முறையாக் அதன்படி வாழாமல். சிலர் திருக்குறளைத் தலைகீழாக ஒப்பிப்பார்கள். அவர்கள் கற்கக் கசடற என்கிற குறள்படி வாழாமல் கசடோடும் கபடோடும் இருப்பார்கள்.

வாசிப்பது நம்மை மேன்மைப்படுத்துவதற்காக. நம்மை அழித்து நம்மைக் காட்டிலும் மேன்மையான நம்மைப் படைப்பதற்காக. உண்மையைத் தேடுவதற்காக. எங்கே உண்மையிருந்தாலும் ஒளிவுமறைவு இல்லாமல் அதைக் கண்டுபிடித்துப் பின்பற்றுவதற்காக.

இந்தத் தொழில் மேம்பாடு கண்ட நகரத்தில் தோழர் ஸ்டாலின் குணசேகரன் புத்தகத் திருவிழாவை பொலிவுடன் நடத்திவருகிறார். ஒரு சின்ன அடியை எடுத்து வைத்து அவர் தொடங்கிய பயணம் இன்று மாபெரும் புனித யாத்திரையாக மாறியிருக்கிறது.

ஈ·ரோடு புத்தகத் திருவிழாவில் பங்கெடுப்பதற்கு பதிப்பாளர்கள் போட்டி போடுகிறார்கள். அதிகம் விற்பனையாகும் என்பதற்காக மட்டுமல்ல, அறிவு தொடர்பானவை விற்பனையாகும் என்பதற்காக.

எதைத் தின்றாலும் வயிறு நிரம்புமென்றாலும் கல்லைத் தின்று நிரம்புவதற்கும், கனியைத் தின்று நிரம்புவதற்கும் வேறுபாடு இருக்கிறது.

பழத்திலிருந்து கிடைக்கும் சத்துக்கும், எண்ணெய்ப் பதார்த்தத்திலிருந்து கிடைக்கும் கலோரிக்கும் வேறுபாடு உண்டு.

குளிர்சாதனப்பெட்டியிலிருந்து வருகின்ற காற்றுக்கும், குல்மொஹர் மரத்திலிருந்து வருகின்ற காற்றுக்கும் வேறுபாடு உண்டு.

அதைப்போலத்தான் எல்லா ரூபாய் நோட்டுக்களும் கல்லாவை நிரப்புமென்றாலும், வாழ்வியல் நூல்களை விற்று நிரப்பும் பணத்திற்கும், வாஸ்து நூல்களை விற்று நிரப்பும் பணத்திற்கும் வேறுபாடு உண்டு. சரித்திர நூல்களை விற்று நிரப்பும் பணத்திற்கும், சமையல் குறிப்புகளை விற்று நிரப்பும் பணத்திற்கும் வித்தியாசம் உண்டு.

நாய் விற்ற காசு குரைக்குமா என்று குதர்க்கம் பேசுகிறவர்கள் உண்டு. ஆனால் நாயை விற்கும்போது அது கடித்துத் தொலைப்பதற்கு வாய்ப்புகள் இருக்கின்றன.

ஈரோடு புத்தகத் திருவிழாவில் நடக்கும் இன்னோர் அமைதி எழுச்சி இங்கிருக்கும் பிரம்மாண்டமான மேடை. இங்கு பேசுவதில் பேச்சாளர்களுக்கொரு பெருமை.

நல்ல சொற்பொழிவு பேச்சாளர்களால் தீர்மானிக்கப்படுவதில்லை. அது பார்வையாளர்களால் கட்டமைக்கப்படுகிறது. எப்படி பருத்தியின் தரம் ஆடையின் அழகை முடிவுசெய்கிறதோ, அரிசியின் பதம் சோற்றின் சுவைக்குப் பங்களிக்கிறதோ, அதைப்போல பார்வையாளர்களின் ஆர்வம், அவர்கள் கடைப்பிடிக்கும் அமைதி ஆகியவையே சொற்பொழிவாளர்களுக்கு ஊக்கத்தைத் தந்து உற்சாகப்படுத்துகின்றன. சில இடங்களில் பார்வையாளர்கள் சொற்பமாக இருப்பார்கள். அற்பமான கருத்துகளுக்கு கை தட்டி மகிழ்வார்கள். அங்கே பேச்சாளர்களும் கழைக்கூத்தாடிகளாக மாறிவிடுகிற நிர்ப்பந்தம் நிகழ்கிறது.

ஈரோட்டைப் பொருத்தவரை போருக்குத் தயாராகும் போர்ப்படையைப் போன்ற ஒழுங்கமைதி நிறைந்த அணிவகுப்பு, அருட்பெருஞ்ஜோதி வள்ளலாரின் வடலூரில் தியானம் செய்பவர்களைப் போன்ற அசாத்திய மௌனம், நல்லவற்றை உரைக்கும்போதும், நயமானவற்றை சொல்லும்போதும் நறுக்குத் தெறித்தாற்போல் கைதட்டுவது, தேவையற்ற நகைச்சுவைகள் வரும்போது முகம் சுளித்து அவற்றைப் புறந்தள்ளுவது என்று பேச்சை ரசிப்பவர்கள் பயிற்சியெடுத்துக்கொள்ளுமளவு பண்பட்ட மக்கள் கூட்டத்தின் முன் பேசுவது மகத்தான தவம்.

‘இந்நேரம் இங்கிலாந்தில் இருக்க வேண்டும், அங்கு ஏப்ரல் மாதம் நடக்கிறது வசந்தம் அங்கே வண்ணப் பூக்களில் ஊஞ்சல் கட்டி ஆடும்’ என்று ஆங்கிலக் கவிஞர் ராபர்ட் பிரவுனிங் எழுதினார்.

இன்று அவர் இருந்திருந்தால் 'ஈரோட்டில் இருந்திருக்க வேண்டும், அங்கு ஆகஸ்டு மாதம், வண்ண வண்ண நூல்களில் எண்ணற்ற எண்ணங்கள் வசந்தம் விரித்து நறுமணம் பரப்பும் மக்கள் சிந்தனைப் பேரவையின் புத்தகத் திருநாள் நடக்கிறது' என்று பாடியிருப்பார்.

தனிமரம் தோப்பாகாது என்று குறிப்பிடுவார்கள். அது பொய்யென்று நிரூபித்திருக்கிறார் தோழர் ஸ்டாலின் குணசேகரன். தனிமரத்திலிருந்து விழுகிற வீரிய விதைகள் முளைத்தால் அவற்றிலிருந்து தோப்பு உருவாகலாம், ஊரே தோப்பாகலாம் என்று மெய்ப்பித்துக் காண்பித்திருக்கிறார் அவர்.

சரியான திட்டமிடுதல், அயராத உழைப்பு, சலியாத பின்தொடர்தல், முறையான மக்கட்தொடர்பு, பிறழாத நேர்மை, குறையாத கண்ணியம், நிறைவான விருந்தோம்பல், நெறியான நிர்வாகம் ஆகியவற்றின் ஒட்டுமொத்த உருவமாக ஸ்டாலின் குணசேகரன் திகழ்கிறார்.

மக்களைப் படிப்பதற்குப் பழக்குவதும் அவசியம். புத்தக வாசனையை முகர அவர்களுக்கு வாய்ப்பு ஏற்படுத்திக் கொடுக்க வேண்டும். எவ்வளவு பெரிய பணக்காரனும் பணக்காரன் என்பதை ஒத்துக்கொள்வதில்லை. அவனைப் பணக்காரன் என்று சொன்னால் ஏற்றுக்கொள்ள மறுத்து வெட்கப்படுகிறான். ஆனால் மிகப் பெரிய முட்டாளும் அவனை முட்டாள் என்று சொன்னால் கோபித்துக்கொள்கிறான். சமூகம் பணத்தைக் காட்டிலும் அறிவையே பெரிதாக மதிக்கிறது.

பணத்திற்கு மரியாதை இல்லை என்று சொல்ல முடியாது. பணத்தின் மூலம் சுவர்களைக்கூட கதவுகளாக்கிக்கொள்கிறவர்களை நாம் அறிவோம். அறிவுக்கும், பணத்திற்கும் உள்ள மிகப் பெரிய வேறுபாடு, பணம் வாழும்போது மதிக்கப்படுகிறது, அறிவு இறந்த பிறகும் மதிக்கப்படுகிறது.

பெருவாரியான மக்களை வாசிக்க வைத்திருக்கும் அரும்பணியை ஸ்டாலின் குணசேகரன் அவர்களும், அவருக்குத் தோளோடு தோள் நிற்கிற தோழர்களும் செய்துகாட்டியிருக்கிறார்கள். இது அரும்பணி மட்டுமல்ல, அறப்பணியுமாகும், அறிவுப் பணியுமாகும். அவருக்கும், இந்த முயற்சிக்கு முன்னின்ற அனைவருக்கும் என்னுடைய வாழ்த்துகளை தெரிவித்துக்கொண்டு பேச விழைகிறேன்.

ஆன்மீகம் என்பது எது என்று தெரியாமல் எல்லாவற்றையும் ஆன்மீகமாகவும், எல்லோரையும் ஆன்மீகவாதியாகவும் அடையாளப்படுத்தி வரும் சமூகத்திலும் அது கண் முன்னால் கணக்கற்ற அவலங்களை ஏற்படுத்தி வரும் சூழலிலும் நாம் வாழ்ந்துகொண்டிருக்கிறோம்.

ஆன்மீகம் என்பது இன்று நல்ல வர்த்தகம்.

துறக்காதவர்களைவிட துறந்தவர்கள் நல்ல வசதிகளோடு வாழ்கிறார்கள். அவர்கள் அமரும் அரியாசனம் அதிகாரிகள் அமரும் சிம்மாசனங்களைவிட உயரமாக இருக்கின்றன. நிறுவனப்படுத்தப்பட்ட ஆன்மீக நிலையங்கள் ஆன்மீகத்தைத் தவிர மற்ற எல்லாவற்றிலும் அக்கறை செலுத்துகின்றன. மனத்தையும், அகந்தையையும்

உதறியெறிய வேண்டிய அவர்கள், அதிக தன்முனைப்போடும், அதீத சுயவிளம்பரத்தோடும் பல இடங்களில் அலைவதைப் பார்க்கிறோம்.

இந்த நிலையில் பொய்களின் உதடுகள் தங்கள் இரைச்சலால் உண்மையின் மௌனத்தை ஊதி எறிந்துவிடுமோ என்று அச்சமாக இருக்கிறது.

எனவே ஆன்மீகத்தின் உண்மைத்தன்மையை அறிவது அதை நோக்கிய பயணத்தை செம்மைப்படுத்தும் முயற்சியாக இருக்கும் என்பதால் எது ஆன்மீகம் என்கிற தலைப்பில் உரையாற்றலாம் என்று கருதுகிறேன்.

காந்தள் மலரைத் தெரியாதவர்கள் காகித மலர்களைப் பூவென்று நினைத்துப் புளகாங்கிதம் அடைவார்கள்.

குறிஞ்சியைப் பார்க்காதவர்கள் நெருஞ்சியை சிறந்த அழகென்று சான்றிதழ் தருவார்கள்.

மலையைப் பார்க்காதவர்கள் பாறையை முகடென்று நினைத்து மூர்ச்சையடைவார்கள்.

நறுமணத்தை முகராதவர்கள் நாற்றத்தையே நல்ல மணம் என்று சாதிப்பார்கள்.

சர்க்கரையை சுவைத்தறியாதவர்கள் இலுப்பையை இனிப்பென்று இடுப்பிலேற்றிக் கொள்வார்கள்.

நம் நாட்டிலிருக்கிற மிகப் பெரிய பிரச்சினை நல்லவர்கள் ஒதுங்கியிருப்பதும், அதனால் அல்லவர்கள் ஆட்டம் போடுவதும் அதிகரித்திருப்பதுதான்.

உண்மையான மனிதர்கள் வெளிச்சத்திற்கு வர மறுப்பதால் இங்கு போலி மனிதர்களின் பொய்க்கால் குதிரையாட்டம் நடக்கிறது, காலிக் குடங்கள் கதகளியாடுகின்றன.

உண்மையை உரத்துச் சொல்வதும் அதன்மீது வெளிச்ச விழுதுகளைப் பாய்ச்சுவதும் இதுபோன்ற பொய் பிம்பங்களை உடைக்கப் பெரிதும் உதவும்.

வைரக்கல்லைப் பார்க்கும்வரை கூழாங்கல்லைக் கொண்டாடவே செய்வார்கள். அவர்களுக்கு வைரத்தைக் காட்டுவதும், அதன் பளபளப்பைப் புரிய வைப்பதும், தொட்டு உணர வாய்ப்பளிப்பதும் மடைமாற்றத்திற்கு அவசியம்.

ஆன்மீகம் என்பது எது என்பதற்கு முன்பு இந்த மண்ணில் சிலவற்றை ஆன்மீகத்துடன் ஏன் தொடர்புபடுத்தினார்கள் என்பதை அலசிப்பார்க்க வேண்டும்.

வாசலில் கோலமிடுவதுகூட ஆன்மீக வெளிப்பாடுதான். சுண்ணாம்புப் பொடியால் போடுவதல்ல கோலம். அரிசி மாவால் அதை அமைக்க வேண்டும்.

அரிசி மாக்கோலம் அமைத்தனள்
பரிசில் நீட்டினான் பகலவன் பொன்னொளி

என்று பாரதிதாசன் பாடினார். அரிசி மாவால் விடிவதற்கு முன்பு கோலம் போட்டால் எறும்புகளுக்கு அது உணவாகி பகுத்துண்டு பல்லுயிர் ஓம்பும் பரவசம் நிகழும். எறும்புகள் உணவைத் தேடி உள்ளுக்குள் வந்து உபத்திரவம் செய்யாது.

இந்திய மரபில் ஆசிரம தர்மம் என்ற ஒன்று உண்டு. பூமி நம்மை வாழ வைக்கிறது. அதைக் காலால் மிதித்தாலும் மனத்தில் தாயாக மதிக்கிறோம்.

மண்ணை மிதித்து உழும்போது அவள் பெருமைப்படுகிறாள். பிசைந்து பாத்திரம் செய்து பிச்சையெடுக்க கைகளில் ஏந்தும்போது வெட்கப் படுகிறாள் என்று அப்துல் ரகுமான் எழுதியிருப்பார்.

மண்ணை தெய்வமாகப் பார்க்கிற மரபு நம்மிடம் உண்டு...

அதற்குக் காரணமான புனைவும் இங்கு உள்ளது. பகவத் புராணத்தில் வேனா என்கிற மன்னன் இருந்தான். அவன் மண் வளத்தை கண்மண் தெரியாமல் சுரண்டினான். பூமி வெறுப்படைந்து பசுவின் வடிவத்தில் ஓடிவிட்டது. அதனால் எங்கும் குழப்பம். தாவரங்கள் கனி கொடுக்க மறந்தன. விதைகள் முளைக்க மறுத்தன. எங்கெங்கு நோக்கினும் பசியும், பட்டினியும். விலங்குகள் ஓலமிட்டன. மனிதர்கள் ஒப்பாரி வைத்தனர். முனிவர்கள் இதுகுறித்து ஏதாவது செய்ய வேண்டுமென்று முடிவெடுத்தனர். புல் இதழ் ஒன்றை எடுத்தனர். மந்திரங்கள் சொல்லி

அந்தப் புல்லை ஏவுகணையாக மாற்றி விண்ணில் அனுப்பி வேனா என்கிற பேராசை பிடித்தவனை வீழ்த்தினர்.

பிறகு ரிஷிகள் வேனாவின் உடம்பிலிருந்து மிருகத்தன்மையை நீக்கி பதப்படுத்தி சாதுவாக்கி அதிலிருக்கும் நல்ல சத்துகளைக்கொண்டு புதிய மன்னனை உருவாக்கினர். அவனுக்கு ப்ரித்து என்று பெயரிட்டனர்.

ப்ரித்து பூமிப் பசுவிடம் சென்று அதில் வாழும் மக்களுக்கெல்லாம் பால் தரும்படி வேண்டினான். பசு மறுத்தது. அதற்குக் கோபம் இன்னும் மிச்சமிருந்தது. அதன் மீது அம்பு எய்தி கொல்வதாக பயமுறுத்தினான். ‘என்னை அழித்தால் இயற்கை சிதைந்துவிடும், உயிர்கள் மடிந்துவிடும்’ என்று பூமி சொன்னது. பூமியை சீர்படுத்தாவிட்டால் மனித இனத்திற்கு உணவு வழங்க முடியாது என விவாதித்து அவன் வெற்றி பெற்றான். ‘அளவோடு என்னை ஆட்படுத்து’ என்று பூமிப்பசு சொன்னது.

ப்ரித்து தர்மத்தை நிறுவி இயற்கையை அழிக்காத வண்ணம் விதிகள் செய்து அதை பயன்படுத்தப்போவதாக வாக்களித்தான். இயற்கையையும், பண்பாட்டையும் சமத்தன்மையோடு பேணுவதே தர்மமாகக் கருதப்பட்டது. பூமியின் முதல் பொறுப்புள்ள அரசன் ப்ரித்து என்பதால் பூமியை ப்ரித்வி என்றும் அழைப்பதுண்டு.

இந்திய மரபில் ஆசிரம தர்மம் என்று ஒன்று உண்டு.

ஒவ்வொருவரும் வாழ்வில் நான்கு நிலைகளைக் கடக்க வேண்டும். பிரம்மச்சர்யம், கிரகஸ்தம், வானப்ரஸ்தம், சந்நியாசம். முதல் இரண்டு நிலைகளில் மட்டுமே பூமியின் மூலாதாரங்களை பயன்படுத்திக்கொள்ளலாம். அதற்குப் பிறகு தாராளமாக இயற்கைச் செல்வங்களை பயன்படுத்துவதற்குத் தடை உள்ளது. பேரன் பிறந்ததும் கோலாகலமான வாழ்விலிருந்து விடைபெற்று குறைவாகச் சாப்பிட்டு குறைந்த தேவைகளோடு வாழ வேண்டும். பேரனுக்கு மகன் பிறந்ததும் சந்நியாசியாக மாறி காட்டுக்குச் சென்று அங்கு கிடைக்கும் உணவை மட்டுமே சாப்பிட வேண்டும். வயல்வெளிகளில் கிடைக்கும் உணவை உண்ணக் கூடாது. ஏனென்றால் அது பூமியை அளவுக்கதிகமாக பயன்படுத்தும் செயலாக மாறிவிடும்.

இறைமையை சாமானியர்களாக உருவத்திலும் பார்க்க முடியும், அதைத் தாண்டி அருவமாகவும் பார்க்க முடியும். உருவமாகப் பார்ப்பது தொடக்க நிலை.

திருநாவுக்கரசர் அளவில்லாத அழகுடைய இறைமையை உருவமாகப் பார்த்ததைப்போல மேம்போக்காகத் தெரிகிற பாடல் ஒன்றை தேவாரத்தில் பார்க்கலாம்.

குனித்த புருவமும், கொவ்வைச் செவ்வாயில் குமிண் சிரிப்பும்,
பனித்த சடையும், பவளம்போல் மேனியில் பால் வெண் நீறும்,
இனித்தம் உடைய எடுத்த பொற்பாதமும் காணப் பெற்றால்
மனி(த்)தப் பிறவியும் வேண்டுவதே, இந்த மாநிலத்தே!

உருவத்தைப்பற்றி உரைப்பதைப்போல மேம்போக்காகத் தெரிகிற இப்பாடல் ஆழ்ந்த பொருளுடையது. உலக ஆன்மீக மரபுக்கு பேரண்ட நடனம் என்கிற பெரும் பங்களிப்பை தமிழர்கள் தந்தார்கள். பிரபஞ்சத்தை உருவமாக உணர்த்தும் வடிவமே பேரண்ட நடனம். விளிம்பில் எண்ணற்ற நட்சத்திரங்களும், கோளங்களும் சுழல ஒரு கையில் ஒளியும், இன்னொரு கையில் ஒலியும் உலக சக்தியைச் சுட்ட, ஒரு கையில் அருள்தல், ஒரு கையில் மறைத்தல், ஒரு கையில் காத்தல், ஒரு கையில் அழித்தல், ஒரு காலில் விடுவித்தல் என பிரபஞ்சப் பேரியக்கம் வடிவமாக்கப்பட்டுள்ளது. குஞ்சிதபாதத்தின் அடியில் இருக்கும் முயலகன் முழுவதும் இறக்கவில்லை. உயிருடன் இருக்கிறான். ஆனால் அமுக்கி வைக்கப்பட்டிருக்கிறான். உலகத்தில் தீமையை அறவே ஒழிக்க முடியாது. கட்டுப்படுத்த முடியும். கடவுள்கூட அதை கட்டுப்படுத்த முடியுமே தவிர, மட்டுப்படுத்த முடியுமே தவிர, தட்டி வைக்க முடியுமே தவிர, தகர்த்து எறிய முடியாது.

அணுவைப் பிளந்தால் அதில் உள்ள நுண்பொருட்களின் நகர்வு பேரண்ட நடனத்தை ஒத்திருப்பதாக பிரிட்ஜிஃப் கேப்ரா அவருடைய தாவோவில் இயற்பியல் என்கிற நூலில் குறிப்பிடுகிறார். ஜெனீவாவிலிருக்கிற நியூக்ளியர் ஆய்வு மையத்தில் ஆடல்வல்லான் சிலையொன்று அமைந்திருப்பது குறிப்பிடத்தக்கது. பேரண்ட நடனம் என்கிற காஸ்மிக் நடனத்தை உலகுக்கு வடிவமைத்துத் தந்த பெருமை சோழர்களைச் சாரும்.

எனவே அப்பர் வியப்பதும், விரும்புவதும் ஆடல்வல்லான் உருவை அல்ல, உண்மையான பேரண்ட நடனத்தை.

மாணிக்கவாசகர் பேரண்ட நடனத்தைப் புரியும் கூத்தனைக் கொண்டாடியதற்கும் காரணம் அதுவே.

உற்றாரை யான் வேண்டேன்; ஊர்வேண்டேன் பேர் வேண்டேன்
கற்றாரை யான் வேண்டேன் கற்பனவும் இனியமையும்
குற்றாலத் தமர்ந்து உறையும் கூத்தா! உன் குறை கழற்கே
கற்றாவின் மனம்போல கசிந்துருக வேண்டுவனே

இயற்கையையே தெய்வமாகப் பார்ப்பது அதைப் போற்றிப் பாதுகாக்க வேண்டும் என்பதற்காகவும், சிதைத்து சின்னாபின்னமாக்கக் கூடாது என்பதற்காகவும்தான்.

மாசில் வீணையும் மாலை மதியமும்
வீசு தென்றலும் வீங்கிள வேனிலும்
மூசு வண்டறை பொய்கையும் போன்றதே
ஈச னெந்தை யிணையடி நீழலே

என்று திருநாவுக்கரசர் பாடினார். இனிமை தருகிற அனைத்தும் இறைமையைத் தவிர வேறில்லை என்பதே அவர் முடிபு. இனிமையும், இறைமையும் ஒன்றே என்றார் அன்றே.

வள்ளலார் வருத்தத்தைப் போக்கும் அனைத்தும் இறைமையின் வடிவம் என்று குறிப்பிட்டார்.

கோடையிலே இளைப்பாற்றிக் கொள்ளும்வகை கிடைத்த
குளிர்தருவே தருநிழலே நிழல்கனிந்த கனியே
ஓடையிலே ஊறுகின்ற தீஞ்சுவைத்த ணீரே
உகந்ததண்ணீர் இடைமலர்ந்த சுகந்தமண மலரே
மேடையிலே வீசுகின்ற மெல்லியபூங் காற்றே
மென்காற்றில் விளைசுகமே சுகத்தில்உறும் பயனே
ஆடையிலே எனைமணந்த மணவாளா பொதுவில்
ஆடுகின்ற அரசே என் அலங்கல்அணிந்த தருளே

துயரத்திலிருப்பவர்களுடைய வியர்வையிலும், உழைப்பிலும் கடவுளைக் காண்பதாக கீதாஞ்சலியில் ரவீந்திரநாத் தாகூர் குறிப்பிடுகிறார்.

இயற்கையை நேசிப்பது அனைத்தையும் நேசிப்பதை உள்ளடக்கியது. இயற்கை படைத்த அத்தனை உயிர்களையும் நேசிக்கும்போதுதான் அது நடைமுறைப் படுகிறது. அதனால்தான் வள்ளலார் அனைத்து உயிர்களையும் நேசிக்க அருள் கேட்டார்.

அப்பா நான் வேண்டுதல் கேட்டருள் புரிதல் வேண்டும்
ஆருயிர்கட் கெல்லாம் நான் அன்பு செயல் வேண்டும்
எப்பாரும் எப்பதமும் எங்கணும் நான் சென்றே
எந்தை நினதருட் புகழை இயம்பிடல் வேண்டும்

எல்லா உயிர்களையும் நேசிப்பவனுக்கு பூவும் ஒன்று புல்லும் ஒன்று, பன்றியும் ஒன்று கன்றும் ஒன்று. அப்படிப்பட்ட உள்ளம் கொண்டவர்கள் பயிர் வாடினால் உயிர் வாடுவார்கள். கன்று அழுதால் கதறி அழுவார்கள்.

வாடிய பயிரைக் கண்டபோ தெல்லாம்
வாடினேன் பசியினால் இளைத்தே
வீடுதோ றிரந்தும் பசியறா தயர்ந்த
வெற்றரைக் கண்டுளம் பதைத்தேன்
நீடிய பிணியால் வருந்துகின்றோர் என்
நேர் உறக்கண்டுளந்துடித்தேன்

ஈடின்மானிகளாய் ஏழைகளாய் நெஞ்
சிளைத்தவர் தமைக் கண்டே இளைத்தேன்

காணுகிற பொருட்களிலெல்லாம் கடவுளைக் காண முடிபவனே ஆன்மீகவாதி. அவனுக்கு நந்தவனங்களில் மட்டுமல்ல, காகங்களின் சிறகுகளிலிருக்கும் கரிய நிறத்திலும் நந்தலாலா தெரிவார். இதைத்தான் பாரதி உச்சபட்ச பரவசத்தில் பாடினார்.

காக்கைச் சிறகினிலே நந்தலாலா – நின்றன்
கரிய நிறம் தோன்றுதையே நந்தலாலா
பார்க்கும் மரங்களெல்லாம் நந்தலாலா – நின்றன்
பச்சை நிறம் தோன்றுதையே நந்தலாலா
கேட்கும் ஒலியில் எல்லாம் நந்தலாலா – நின்றன்
கீதம் இசைக்குதடா நந்தலாலா
தீக்குள் விரலை வைத்தால் நந்தலாலா – நின்னைத்
தீண்டும் இன்பம் தோன்றுதடா நந்தலாலா

இறைமை அனைத்தையும் படைத்தது என்றால் அவை அனைத்திலும் அது பிரதிபலிக்க வேண்டும். இதையே கருத்தில் கொண்டு டயோனிசியஸ் என்கிற ஞானி இருள் கலந்த ஒளி என இறைமையை விளிக்கிறார். இருபத்து நான்கு மணி நேரம் ஒளியே இருந்தால் உலகம் என்ன ஆகும் என யோசித்துப் பார்க்கலாம்.

அன்பின் மூலம் இறைமை அகப்படும். வன்மத்தினால் அல்ல.

அன்பெனும் பிடியுள் அகப்படும் மலையே
அன்பெனும் குடில்புகும் அரசே
அன்பெனும் வலைக்குட்படு பரம்பொருளே
அன்பெனும் கரத்தமர் அமுதே
அன்பெனும் கடத்துள் அடங்கிடும் கடலே
அன்பெனும் உயிரொளிர் அறிவே
அன்பெனும் அணுவுள் அமைந்த பேரொளியே

என்று அருட்பெருஞ்சோதி வள்ளலார் இறைமையை அன்பு வடிவமாகக் கண்டார். பாரதி அன்பிற் சிறந்த தவமில்லை என்று பாடினார்.

இந்த உலகம் மட்டுமல்ல, உடலும் கோயிலைப் போன்றது. அதில் தெய்வீகம் தொடங்கிவிடுகிறது என்கிற அடிப்படையில் உடலே மெய்ஞானத்திற்கான அடிப்படை என்பதை தமிழ்கூறும் நல்லுலகம் தெரிந்து வைத்திருந்தது.

உடம்பார் அழியின் உயிரார் அழிவர்
திடம்பட மெய்ஞ்ஞானம் சேரவும் மாட்டார்
உடம்பை வளர்க்கும் உபாயம் அறிந்தே
உடம்பை வளர்த்தேன் உயிர் வளர்த்தேனே

என்று திருமூலர் திருமந்திரத்தில் அறிவுறுத்துகிறார். ஈசன் மீது ஆசைப்படுவதும் ஒருவித ஆசையே என்பதை உணர்ந்த அவர், ஆசை அறுமின்கள் ஆசை அறுமின்கள் என்பதை அறிந்த அவர், உடம்பை வளர்ப்பதற்கு அறிவுறுத்தியதற்குக் காரணம் உண்டு. உடம்பு என்பது மூளையையும் உள்ளடக்கியது. இன்று நாம் உண்ணும் உணவு மூளை வளர்ச்சியை முடுக்கி விடுகிறது என்று மூளை விஞ்ஞானிகள் குறிப்பிடுகிறார்கள். நாம் செய்கிற உடல் உழைப்பு மூளை நினைவாற்றலுடன் நீடித்து இருப்பதற்கு உதவுகிறது என்று தெளிவுபடுத்துகிறார்கள். எனவே பிரக்ஞையோடு இருப்பதற்கும், பிரபஞ்சப் பேராற்றலை அறிவதற்கும் உடம்பு முக்கியமான கச்சாப் பொருள்.

மெய்ஞ்ஞானம் விரும்பி புத்தர் பலரையும் தேடி அலைகிறார். அவர் சந்தித்த முனிவர்கள் அனைவரும் உடலை வருத்துவதில் மும்முரமாக இருந்தனர். உடலை வருத்தினால் உண்மை கிடைத்து விடும் என்கிற அடிப்படையில் புத்தரும் அவர்களைப் பின்பற்றி உடலை வருத்தி எலும்பும் தோலுமாக ஆகிவிடுகிறார். அவரால் நிரஞ்சனா என்கிற அதிகம் நீரில்லாத ஆற்றைக்கூட நீந்திக் கடக்க முடியவில்லை. அப்போது சுஜாதை என்கிற பெண் கொண்டு வந்த பால் சோறை சாப்பிட்டு உடல் தேறுகிறார். அன்று இரவே அவருக்கு மெய்ஞானம் கிடைத்தது. அது பூரண நிலவு பொலிகிற இரவு. அப்போது உடலை உதாசீனம் செய்வது எவ்வளவு பெரிய தவறு என்பது அவருக்குப் புரிந்தது. அவர் ஏற்கெனவே

சந்தித்தவர்களிடமெல்லாம் சென்று உடலைப் போற்ற வேண்டும் என்று அறிவுறுத்தியதாக திச்நாட் ஹான் எழுதுகிறார்.

உடலைப் பேணினால் உள்ளம் கோயிலாக மாறும். உடலும் கோயில், உள்ளமும் கோயில் என எண்ணினால் மனத் தூய்மை தாமாக விளையும்.

தாயுமானவர் கூறுவதைப்போல

நெஞ்சகமே கோயில் நினைவே சுகந்தம் அன்பே
மஞ்சனநீர் பூசைகொள்ள வாராய் பராபரமே

என்று தூய்மையான நினைவுகளால் உள்ளத்து அன்பால் நிகழ்த்துகிற உன்னத பூசை விளையும்.

இன்று இவற்றையெல்லாம் கடைப்பிடித்து ஆன்மீக நெறியில் செல்பவர்களை விரல்விட்டு எண்ணி விடலாம்.

ஆன்மீகம் என்கிற பெயரில் உலகியல்ரீதியான வரங்களைப் பெறுவதற்கும், லௌகீக மகிழ்ச்சியை அடைவதற்கும் கோயில்களுக்குச் செல்பவர்களே அதிகம். இன்று ஆன்மீகம், புரட்சி, போராளி, தியாகி போன்ற சொற்கள் அதிகம் மலினமாகிவிட்டன.

மக்களுக்கு ஆன்மீகம் தேவையில்லை. அதனினும் சற்று குறைந்திருந்தாலும் ஈடுபாடு முழுமையாக உடைய பக்தியும் தேவையில்லை. அவர்களுக்குத் தேவை நினைத்தவை நிகழ வேண்டும். செய்த தவறுகளிலிருந்து பிராயச்சித்தம் கிடைக்க வேண்டும். விடைத்தாளைத் திருத்துபவரை எப்படியாவது அடைந்து அதிக மதிப்பெண் பெற முடியாதா என ஏங்குகிற மாணவனைப்போல குறுக்கு வழியில் அவர்கள் ஆசைப்படுகிற அனைத்தும் நடந்து விடாதா என்பதற்காக அவர்கள் சடங்குகளையும், மந்திரங்களையும் கடைப்பிடித்துத் திரிகிறார்கள். அதில் அவர்களுக்கு நம்பிக்கைகூட முழுமையாக இல்லை. நம்பிக்கைக்காக வாழ்க்கையைத் தியாகம் செய்வதுகூட ஒருவித முட்டாள்தனம். ஏனென்றால் நம்பிக்கை பொய்யாகிப்போக வாய்ப்புண்டு.

வாழ்க்கையை சரியாக வாழத் தெரியாமல் செயற்கையான போட்டிகளில் சிக்கிக்கொண்டு அவற்றிலிருந்து வெளிவரத் தெரியாமல் மூச்சுத் திணறி, விழிபிதுங்கி என்ன செய்வது என்று புரியாமல் அடுத்தவர்களுக்காக நிரூபிக்க நினைத்து அதன் காரணமாக அதலபாதாளத்தில் விழுகிற அமைதியின்மையைப் பெற்று எதைத் தின்றால் பித்தம் தெளியும் என்று தடுமாறிக்கொண்டிருக்கிற எண்ணற்ற மக்களின் கைகளில் தற்காலிகமாகக் கிடைத்திருக்கிற நிவாரணம்தான் அவர்களுடைய பக்தியைப்போலத் தோன்றும் மாய வழிபாட்டு முறைகள்.

மதுவைக் குடித்தால் உடல்வலி போகும் என்பதைப் போன்ற தவறான கற்பனை அது.

அதனால்தான் எங்கு போலி சாமியார் தோன்றினாலும் அங்கு ஆஜராக ஆயிரக்கணக்கானவர்கள் தயாராக இருக்கிறார்கள். அவர் காற்றிலிருந்து திருநீறையும், வாயிலிருந்து லிங்கத்தையும் வரவழைத்துக் கொடுக்க மாட்டாரா என காத்திருக்கிறார்கள்.

அவர்கள் கடவுளைத்தான் முதலில் நம்புகிறார்கள். ஆனால் அது ஒப்படைத்தலாக இல்லாமல் நம்புவதாக இருக்கிறது. நம்புவது எதுவும் சந்தேகத்துக்குட்பட்டது. நம்பிக்கை, விசுவாசம், ஒப்படைத்தல் என்கிற மூன்றும் வெவ்வேறானவை.

சந்தேகம் இருப்பவர்களே எல்லா கோயில்களுக்கும் சென்று கதவைத் தட்டுகிறார்கள். யாராவது ஒருவர் ஒரு கோயிலை சக்திவாய்ந்தது என்று சொல்லிவிட்டால் அடுத்த நிமிடமே அங்கு பரவசத்துடன் கிளம்பிவிடுவார்கள். நீங்கள் வெறுமனே ஓரிடத்தில் நின்று கைகூப்பிக் கும்பிட்டால் உங்களுக்குப் பின்னால் வருகிறவர்களும் அதே இடத்தில் நின்று அவ்வாறே கும்பிடுவதைப் பார்க்கலாம். இன்று சிறப்பு நாட்களில் கோயில்கள் நிரம்பி வழிகின்றன. தமிழ்ப் புத்தாண்டுக்கு மட்டுமல்ல, ஆங்கிலப் புத்தாண்டுக்கும் அங்கு கூட்டம். விசேஷ நாட்களில் எள் விழ இடமில்லாத இந்தக் கோயில்களில் மற்ற நாட்களில் ஈ, காக்கையைக்கூட காண முடியாது. செம்மறி மனப்பான்மையுடன் கும்பல் திரளும் மனப்பான்மை.

இதைப்போலத்தான் மலையிருந்தால் அங்கெல்லாம் கிரிவலம் செல்லத் தொடங்கிவிட்டார்கள். ஏழுமலை என்ற பெயரோடு ஒருவர் இருந்தால்கூட அவரைச் சுற்ற கூட்டம் தயார்.

எனக்குத் தெரிந்த ஒருவர் கிரிவலத்தால் பயனடைந்தார். சிரத்தையுடன் அவர் தினமும் புகழ்ந்து பாடி கிரிவலம் செய்தார். அவருக்கு தகுதியின்றி இருந்தாலும் பதவி உயர்வு கிடைத்தது. அவருடைய மேலதிகாரியின் பெயர் கிரி. அவரை வலம் வந்ததால் இந்தப் பதவி உயர்வு.

காக்காப் பிடிப்பதை நம் புராணமே சொல்லித் தந்திருக்கிறது...

உலகைச் சுற்றி வரும் பிள்ளைக்கு மாங்கனி என்று அம்மையப்பன் அறிவிக்க முருகன் மயிலேறி உலகைச் சுற்றி வருகிறார். பிள்ளையாரோ தாய் தந்தையையே உலகமென குறுக்குவழியைக் கடைப்பிடித்து மாம்பழத்தைப் பெற்றுவிடுகிறார். உலகை உண்மையில் சுற்றிவந்த முருகன் பழம் கிடைக்காததால் பழனிக்குச் செல்கிறார்.

இப்போதும் உண்மையாகப் பணி செய்கிறவர்களைவிட மேலதிகாரிகளைச் சுற்றி வந்து அவர்கள் தன்முனைப்பைத் திருப்தி செய்கிறவர்களுக்கு மட்டுமே சலுகைகள் கிடைக்கின்றன.

பல கோயில்களில் உண்டியலில் கையூட்டு பெற்ற பணத்தை போடுவதாக கேள்விப்பட்டிருக்கிறேன். செய்கிற ஊழலிலும் கடவுளைக் கூட்டாளியாக்குகிற களவாணித்தனம் இவர்களிடம் இருக்கிறது.

அன்றாட வாழ்க்கையின் அவலங்களுக்கு நிவாரணம் பெறுவதா ஆன்மீகம்!

கோயிலுக்குச் செல்கிற பலரை உற்றுப் பார்த்தால் உண்மை தெரியும்.

உலகத்தில் பத்து மேதைகளை பட்டியலிட்டதில் லியோனாடா டாவின்சி முதலாவதாக வருகிறார். இடது பக்க மூளையையும், வலது பக்க மூளையையும் சரிவிகிதத்தில் பயன்படுத்திய சாமர்த்தியசாலி அவர்.

தேவதைகளை வரைவதற்காக கோயில்களுக்குச் சென்று அங்கு

வழிபடுபவர்களை கூர்ந்து கவனித்தார். மெய்மறந்து வணங்கும்போது அவர்கள் முகத்தில் தெரியும் தேஜசையும், தீட்சண்யத்தையும் மனத்தில் உள்வாங்கினார். பின்பு அவற்றை அவர் தீட்டிய தேவதைகளின் ஓவியங்களில் கலந்தார். அது மகத்தான ஓவியமாக மலர்ந்தது. அவருடைய ஆசான் 'இனி நான் தூரிகையைத் தொட மாட்டேன், என் ஓவியங்கள் அற்பமாகப்படுகின்றன, நான் சிற்பங்களோடு நிறுத்திக்கொள்வேன்' என்று ஓவியத்தை உதறினார்.

வழிபடுகிறபோது முகத்தில் தெய்வீகத்தன்மை இழைய வேண்டும். இன்று கோயிலுக்குச் சென்று பார்த்தால் கும்பிடுகிறவர்கள் முகத்தில் பதற்றமும், பேராசையும் தெரிகிறது. அடுத்தவர்களை இடித்துத் தள்ளிவிட்டு முந்துகிற மும்முரம். சிலர் திடீரென குரலெடுத்து அடுத்தவர்கள் பிரார்த்தனையைக் கெடுக்கிற அவலம். சுயநலம் முந்துகிற வழிபாட்டில் தெய்வீகம் அவர்கள் மீது சுண்டுவிரலைக்கூட நீட்டுவதில்லை.

எப்படி வழிபட வேண்டுமென்பதற்கு போப் பிரான்சிஸ் குறிப்பிடுகிறார். நம்மை நோக்கி முதலில் இருக்கும் கட்டை விரல் வலிமையான விரல். முதலில் பிரியமானவர்களுக்காகவும், நண்பர்களுக்காகவும் பிரார்த்திக்க வேண்டும். சுட்டு விரல் அடுத்தது. எனவே நமக்கு அறிவைச் சுட்டிக்காட்டிய ஆசிரியர்களுக்காகவும், பெற்றோர்களுக்காகவும் இரண்டாவது பிரார்த்தனை. மூன்றாவது இருக்கும் நடு விரல் விரல்களிலேயே நீளமானது. நம்முடைய தலைவர்களுக்காகவும், நாட்டை வழிநடத்துபவர்களுக்காகவும், நிறுவனத் தலைவர்களுக்காகவும் பிரார்த்தனை செய்ய வேண்டும். நான்காவது மோதிர விரல். இருப்பதிலேயே பலவீனமானது. எனவே பலவீனமானவர்களுக்காக பிரார்த்திக்க வேண்டும். கடைசியாக சுண்டு விரல். நமக்காக கடைசியில் பிரார்த்திக்க வேண்டும்.

வழிபாட்டுத் தலத்தை எப்படி வைத்துக்கொள்கிறோம் என்பதில் ஆன்மீகம் தொடங்குகிறது. இல்லத்தை கோயில்போல வைத்திருக்கும் நாட்டில்தான் கோயில்களை குப்பைகூளங்களாக்குகிறார்கள். பிரசாத இலைகள் தெப்பக்குளங்களில் தேங்கிக் கிடக்கின்றன. திருநீறை சிற்பங்களின் இடுக்குகளில் கொட்டுகிறார்கள். பிரசாதம் சாப்பிட்ட கையை தூண்களில் தடவுகிறார்கள். ஆயிரக்கணக்கான ஆண்டுகளான அழகான சிற்பங்களின் மூக்குகளை மூளியாக்குகிறார்கள். யாழியின் வாயிலிருக்கும் கல்லை எடுக்கிற முயற்சியில் அதன் முகத்தைத் திரிக்கிறார்கள். நம்மூர் சிற்பங்களில் செதுக்கியவர்களின் பெயர்கூட

இடம் பெற்றதில்லை. சிற்பிகள் இறைமை அளித்த திறமை அவர்கள் மூலம் வெளிப்படுவதாக நம்பினார்கள். ஆனால் அவற்றைப் பார்க்கப் போகிற சிலர் தங்கள் பெயரை அந்தச் சிற்பங்களில் ஆணிகொண்டு செதுக்குகிறார்கள். தங்கள் பெயரோடு வேறொருவர் பெயரையும் இணைத்துச் செதுக்குகிற இளைஞர்களும் உண்டு. இதுவா நாம் ஆலயங்களைப் போற்றுவதற்கான அடையாளம்!

பலரும் வேண்டும்போது எவ்வளவு கேட்பார்கள், எத்தனை கேட்பார்கள் என்று தோன்றுகிற அளவிற்கு வேண்டிக்கொண்டே இருக்கிறார்கள். கிடைத்தவற்றிற்கு நன்றி சொல்பவர்கள் எத்தனை பேர்!

புத்தர் மெய்ஞானம் அடைந்தபோது பலமாகச் சிரித்தார். மனிதன் ஏற்கெனவே விழிப்புணர்வு பெற்றவன் என்பதை உணர்வதே மெய்ஞானம் என்றார். அப்போது எல்லோருக்கும் மெய்ஞானம் கிடைக்குமா என்று ஒருவர் கேட்டார். அவரிடம் நூறுபேரைப் பார்த்து அவர்களுக்கு இறைமையிடம் என்ன வேண்டும் என்று கேட்டுவரும்படி சொன்னார். கேட்டு வந்தவரிடம் என்ன கேட்டார்கள் என புத்தர் கேட்டார். ஒருவர் பணம் கேட்டார், மற்றொருவர் நிலம் கேட்டார், வேறொருவர் பொன் கேட்டார். இப்படி மக்கள் பொன்னும், பொருளும், சந்தான பாக்கியமும், வலுவான உடலும் கேட்டிருந்தார்கள். புத்தர் 'இவர்களில் ஒருவராவது மெய்ஞானம் வேண்டுமென்று கேட்டிருக்கிறார்களா? அது அவர்களுக்குத் தேவையேயில்லை. அப்புறம் எப்படிக் கிடைக்கும்?' என்று குறிப்பிட்டார்.

நம் எல்லோருக்கும் மோட்சம் வேண்டும். ஆனால் ஒருவருக்கும் சாகக் கூடாது என்று ஒருவர் எழுதியதை வாசிக்க நேர்ந்தது.

மேலை நாடுகளில் மனவியல் வைத்தியர்களை நன்றாக இருப்பவர்களும் சென்று சந்திப்பார்கள். நம்மூரில் அப்படிப்பட்ட மருத்துவமனைக்குச் சென்றால் பைத்தியம் பிடித்திருக்கிறது என்று பட்டம் கட்டிவிடுவார்கள். மற்ற ஊர்களைப்போல நம்மூரில் மனநல வைத்தியர்கள் இல்லை. காரணம் மக்கள் கோயில்களுக்குச் சென்று அங்கேயே புலம்பிவிடுகிறார்கள்.

எனக்குத் தெரிந்த ஒருவர் திடீரென மொட்டைத் தலையுடன் அலுவலகம் வந்தார். அவரிடம் எதற்காக மொட்டை போட்டீர்கள், அதுவும் திடீரென எனக் கேட்டேன். அதற்கு அவர் ‘என் அலுவலகத்தில் என்னைப் பிடிக்காதவர்கள் சிலர் அடிக்கடி என் மீது மொட்டை போட்டுக்கொண்டே இருந்தார்கள். அவற்றின் மீது விசாரணை நடந்தது. பிரச்சினையில்லாமல் இருந்தால் திருப்பதிக்கு மொட்டை போடுவதாக வேண்டிக்கொண்டேன்’ என்று தன்னிலை விளக்கம் அளித்தார். அவர் மொட்டையின் மீது பூசியிருந்த சந்தனக் குழம்பு பளிச்சிட்டது. மொட்டைக்காக மொட்டை போட்ட முதல் மனிதர் அவர்.

அதிகாரியிடம் சென்று அவரைப் பற்றியே புகார் கொடுக்கிற பொதுமக்களும் உண்டு. அதைப் படித்துப் பார்க்காமல் ஆவன செய்யும்படி எழுதுகிற அதிகாரிகளும் உண்டு.

ஆன்மீகத்தை நம்முடைய எளிய பிரச்சினைகளுக்கான உபாயமாகவும், மருந்தாகவும் கையாண்டால், எப்படி அந்தப் பேரண்டப் பேரிசையைக் கேட்க முடியும்! எப்போதாவது சாப்பிட்டால்தான் அது மருந்து. என்றாவது சாப்பிட்டால்தான் அது விருந்து. சின்னச் சின்ன நிகழ்வுகளை அடிக்கடி இறைமையை அழைத்துத் தொல்லை செய்தால் அப்பேராற்றலுக்கு கோளங்களின் சுழற்சியைக் கட்டுப்படுத்துவதில் கவனப்பிசகு தோன்றாதா!

சீனத்தில் சின்ன கதை உண்டு...

ஒரு சிறுவன் நாள் முழுக்க அம்மா, அம்மா என்று அழைத்துக்கொண்டே இருந்தான். அந்தப் பெண்ணும் என்னமோ, ஏதோ என்று அவன் கூப்பிட்டதும் ஓடி வந்தாள். என்ன என்று கேட்டால் வெறுமனே சிரிப்பான். இது தொடர்ந்ததால் தாய்க்கு கோபம் கொப்பளித்தது. ‘எதற்காக வீணாக

அம்மா என்று அழைக்கிறாய்! எனக்கு வேறு வேலையில்லையா? அடுத்த முறை அழைத்தால் அடித்துவிடுவேன்' என்று பயமுறுத்தினாள். அதற்கு அந்தப் பாலகன் 'நீ மட்டும் நாளுக்கு முன்னூறு முறை புத்தா, புத்தா என்று கூறுகிறாயே, அவருக்கு எப்படியிருக்கும் நினைத்துப் பார்' என்று சொன்னான்.

உள்ளத்திலிருந்து தோன்றாமல் உதட்டிலிருந்து குதிக்கும் மந்திர உச்சாடனங்களால் நம் காற்று மண்டலம் கசங்கிப்போய்விட்டது. இதில் எந்த மொழி உகந்தது என்கிற சண்டை வேறு.

சுபூதி என்கிற புத்தத் துறவி தியானம் செய்தார். ஒரு நாள் அவர் எதுவுமே நினைக்காதபோது மரத்தினடியில் அமர்ந்திருந்த அவர் மீது பருவம் தப்பி மரம் பூமாரிச் சொறிந்தது. நிமிர்ந்த அவருக்கு 'மௌனத்தைப்பற்றிய உன் பிரசங்கத்தைக் கண்டு மகிழ்ந்து இந்த மலர் அர்ச்சனை செய்தோம்' என்கிற அசரீரி கேட்டது. அவர் 'நான் எந்தப் பிரசங்கமும் செய்யவில்லையே, சொல்லப்போனால் எதுவும் நினைக்கக்கூட இல்லையே' என்றதற்கு 'எதையும் எண்ணாதபோது விளையும் மௌனமே மௌனத்தைப் பற்றிய மகத்தான பிரசங்கம்' என்று அசரீரி பதில் சொன்னது.

இறைமையை வழிபட எல்லா மொழிகளைவிட மௌனமே ஏற்றது. மனத்தை உதிர்ப்பதே சிறந்தது.

சின்னச் சின்ன சுகங்களுக்காக நம் நம்பிக்கையை அடகு வைத்துவிடுகிறோம். ஆந்தனி டி மெல்லோ ஒரு சம்பவத்தைக் குறிப்பிடுகிறார். ஒருவன் மிதிவண்டியில் கடைவீதிக்குச் சென்றான்.

வண்டியைப் பூட்டாமல் காய்கறி வாங்கச் சென்றான். வாங்கி முடித்ததும் வண்டியைப் பூட்டாதது நினைவுக்கு வர வேகவேகமாக ஓடினான். நல்ல வேளை, மிதிவண்டி திருட்டுப் போகாமல் பத்திரமாக இருந்தது. அவனுக்கு உயிர் வந்தது. பக்கத்திலிருந்த கோயிலுக்கு ஓடி நன்றி பிரார்த்தனை செலுத்திவிட்டு திரும்ப வந்தான். மிதிவண்டி காணாமல் போயிருந்தது. காவல்துறைக்கு நன்றி செலுத்த வேண்டிய நிகழ்வுக்கு கடவுளுக்கு நன்றி செலுத்தினால் அப்படித்தான்.

மக்களை நேசிப்பதும், அவர்கள் துயரத்தைத் துடைப்பதுமே உண்மையான ஆன்மீகம். அந்த நெறியில் இருப்பவர்கள் செய்கிற பணி தெய்வீகமாகிவிடுகிறது.

யூத ராபியிடம் குதிரைவண்டிக்காரர் ஒருவர் வந்தார்.

'ஐயா, நீங்கள் பிரார்த்தனை செய்ய வேண்டியதின் அவசியத்தை அடிக்கடி பிரசங்கத்தின் மூலம் கூறி வருகிறீர்களே. நான் அவ்வாறு முறையாக பிரார்த்தனை செய்ய முடிவதில்லை. கடவுள் என்னை தண்டிப்பாரா?' என்று பயந்தவாறே கேட்டார்.

அதற்கு ராபி 'நீ என்ன உத்தியோகம் பார்க்கிறாய்?' என்று கேட்டார்.

'நான் குதிரைவண்டி ஓட்டுகிறேன். சவாரி கிடைக்கும்போதெல்லாம் வயிற்றுப்பாட்டுக்காக வண்டி ஓட்ட வேண்டியிருப்பதால் நேரத்திற்கு வழிபாடு செய்ய முடிவதில்லை' என்றார் குதிரைவண்டிக்காரர்.

'நீ எப்போதாவது மக்களை பணம் வாங்காமல் சவாரிக்கு அழைத்துச் சென்றிருக்கிறாயா?' என்று ராபி கேட்டார்.

'தினமும் ஒருவரையாவது அவ்வாறு இட்டுச் செல்வேன். வயோதிகரையோ, கர்ப்பிணிப் பெண்ணையோ, குழந்தைகளையோ, ஏழைகளையோ நான் வெறுமனே அழைத்துச் செல்வதை மகிழ்ச்சியாகச் செய்து வருகிறேன்' என்று குதிரைவண்டிக்காரர் குறிப்பிட்டார்.

'இதைவிட வேறு பிரார்த்தனை என்ன வேண்டும்? இதை தவறாமல் செய். போதும்' என்று ராபி அனுப்பி வைத்தார்.

செய்கிற பணியில் அன்பையும், அக்கறையையும், பொதுநலத்தையும், தூய்மையையும் சேர்க்கும்போது அது தெய்வீகமாக மலர்கிறது. அப்பணியைச் செய்கிறவர்களுக்கு அலுப்பு ஏற்படுவதில்லை. அவர்கள் அப்பணி முடிந்ததும் உற்சாகமாகிவிடுகிறார்கள்.

புத்தத் துறவி ஒருவரை இளந்துறவி கேட்டார்.

'நீங்கள் மெய்ஞானம் அடைவதற்கு முன்பு என்ன செய்தீர்கள்?'

'நான் விறகு பிளந்தேன், தண்ணீர் கொண்டு வந்தேன்'

'நீங்கள் மெய்ஞானம் அடைந்த பிறகு என்ன செய்கிறீர்கள்?'

'விறகு பிளக்கிறேன், தண்ணீர் கொண்டு வருகிறேன்.'

'அப்படியென்றால் என்ன வித்தியாசம்?'

'முன்பு அதை கடமையாகச் செய்தேன், இப்போது அதை வழிபாடாகச் செய்கிறேன். முன்பு அதை யாருக்காகவோ செய்தேன், இப்போது எனக்காகச் செய்கிறேன். முன்பு சங்கடத்தோடு செய்தேன், இப்போது சந்தோஷத்தோடு செய்கிறேன்.'

எந்தப் பணியையும் மகிழ்ச்சியோடும், மனநிறைவோடும் செய்கிறவர்கள் அதையே வழிபாடாக ஆக்கிக்கொள்கிறார்கள். அவர்களுக்கு அலுவலகம் ஆலயம், கோப்புகள் திருமேனி, கையொப்பம் தீபாராதனை, உதவுவது பிரசாதம், விளைவுகள் மெய்ஞானம்.

மக்கள் கோயில்களில் கொண்டுபோய் உண்டியலில் பணத்தைக் கொட்ட தயாராக இருக்கிறார்கள். அவையும் குறிப்பிட்ட கோயில்களுக்கே. எப்போதும் தூரத்திலிருக்கிற கோயில்கள் அருகிலிருக்கும் கோயில்களைவிட சக்தி வாய்ந்தவையாக நம் மக்களுக்குத் தெரிகின்றன.

அண்மையில் ஆங்கிலக் கட்டுரை ஒன்றை வாசிக்க நேர்ந்தது.

மக்கள் கோயில்களுக்கு அள்ளிக் கொடுக்கத் தயாராக இருக்கிறார்கள். பல கோயில்களில் சாமிக்கு ஏகப்பட்ட கிரீடங்கள் இருக்கின்றன. இவர்கள் ஏன் ஏழை மக்களுக்கு அந்தப் பணத்தை

பரோபகாரம் செய்யக் கூடாது? பூஜைகள் செய்வதற்குக்கூட வசதிகளற்ற கோயில்களுக்கு இவர்கள் ஏன் வாரி வழங்கக்கூடாது? இவர்கள் தாங்கள் அளிக்கும் பணம் நேராக குறிப்பிட்ட கடவுள்களுக்குச் செல்ல வேண்டும் என்று அதை எழுதிய ஆசிரியர் கூறுகிறார்.

முன்பைக் காட்டிலும் இப்போது கோயில்களில் கூட்டம் அதிகமாக இருக்கிறது. போக்குவரத்து வசதிகள் குறைவாக இருந்தபோது திருப்பதி செல்வது மிகப் பெரிய யாத்திரை. ஆனால் இன்று காலையில் சென்று மாலையில் திரும்பிவிடுகிறார்கள். காசிக்கு கும்பல்கும்பலாகப் போகிறார்கள். பணப்புழக்கம் அதிகரித்திருப்பதாலும், மனப்புழுக்கம் பன்மடங்காகி இருப்பதாலும் இத்தகைய புனித யாத்திரைகள் பெருகியிருக்கின்றன.

இத்தனை பக்திப் பரவசம் பெருகியிருக்கிற உலகம் அன்புமயமாக இருக்க வேண்டாமா?

இந்த உலகத்தில் நம்பிக்கையின் பெயரில் நடந்த போர்களே அதிகம். எங்களுடைய நம்பிக்கையே உண்மையானது என்பதை உரத்துச் சொல்ல நிகழ்ந்த வன்முறையே அதிகம். கடவுள் எங்கள் மதத்தைச் சார்ந்தவர் என்று அடித்துச் சொல்வதே இந்தக் கலவரங்களின் அடிநாதம். எங்கள் சாதியைச் சார்ந்தவர், எங்களுக்கு மட்டுமே சொந்தமானவர், எங்கள் பகுதிக்கு மட்டுமே அவர் அதிபதி என்று சிலர் உரிமைகொண்டாடுவதே பல பிரச்சினைகளுக்கு மூலகாரணம். வேறொருவர் சாமி அவர்கள் தெருவில் நுழைந்துவிடக்கூடாது என்பதில் குறியாக இருப்பவர்கள் எத்தனை பேர்!

நாம் நடத்துகிற வழிபாடு நம்மை கருணைமயமானவர்களாக மாற்றியிருக்க வேண்டாமா? மகனுக்கும் தந்தைக்கும் வன்முறை. சகோதரர்களுக்குள் சண்டை. அண்டை வீட்டார்களிடையே அக்கப்போர். செய்தித்தாளைத் திறந்தால் கொலைகளும், கொள்ளைகளும். தினமும் ஒரு நிதிநிறுவன மோசடி. நம்மால் முகம் தெரியாதவர்களைக்கூட நேசிக்க முடியும். ஆனால் அண்டை வீட்டுக்காரர்கள் மீதுதான் அன்பு செலுத்த முடியாது. எல்லா நாடுகளுக்கும் எல்லா வீடுகளுக்கும் எல்லைப் பிரச்சினையே மிகப் பெரிய பிரச்சினை.

ஆசை நிறைவேறாததாலும், ஆசை நிறைவேறியதாலும் மக்கள் துன்பத்திலிருக்கிறார்கள் என்றார் ஒருவர்.

இன்று குடும்ப நீதிமன்றங்களில் கும்பல்கும்பலாக மக்கள். சேர்ந்து வாழ்ந்தவர்கள்இனி ஒன்றாக வாழ முடியாது என்கிற எண்ணம் உறுதியாகிப் பிரிகிறபோது கைகுலுக்கிக்கொண்டு நேசத்துடன் விடை பெறலாம். நண்பர்களாக அவர்கள் பிரிந்து செல்லலாம். எங்காவது சந்திக்க நேர்ந்தால் புன்னகை புரிகிற சிநேகத்தை தக்கவைத்துக்கொள்ளலாம். இரண்டாண்டுகள் ஒன்றாக ஒரே இல்லத்தில் வாழ்ந்தவர்கள் பிரிகிறபோது அடுத்தவரைப் பார்த்து நாசமாகப் போக வேண்டும் என சபித்துவிட்டுச் செல்வதைப் பார்க்கிறோம். இதுதான் இவர்கள் நகமும் சதையுமாக வாழ்ந்ததற்கான அடையாளம். நிச்சயமானவுடன் தினமும் ஒரு மணி நேரம் அலைபேசியில் பேசியும், குறுஞ்செய்திகள் அனுப்பியும், நீயில்லாமல் நானில்லை, நானில்லாமல் நீயில்லை என்று உருகியவர்கள் இன்று நீதிமன்ற வாயிலில் உன்னால் நான் கெட்டேன், என்னால் நீ கெட்டாய் என்று வசவு வார்த்தைகளை வீசிக்கொள்கிறார்கள்.

எல்லாவற்றையும் தெய்வீகமாகப் பார்ப்பது இந்திய மரபு. நாம் மண்ணை தெய்வமாக மதித்தவர்கள் என்று குறிப்பிட்டேன். மண் மட்டுமா!

இங்கு மலர்களும் தெய்வம். நதிகளும் தெய்வம். சில மரங்களும் தெய்வம். சில செடிகளும் தெய்வம். எந்த நாட்டில் நதியைக் கும்பிடுகிறார்களோ அங்குதான் அதிக அழுக்குடன் நதி ஓடுகிறது. எந்த நாட்டில் மண்ணை உயர்த்திப் பிடித்தார்களோ அங்குதான் எல்லா கழிவுகளும் மண்ணில் கலக்கின்றன. நாம் உதடுகளில் சொல்வதை உள்ளத்திற்கு எடுத்துச் செல்வதே இல்லை என்பதற்கு இது உதாரணம்.

கும்பிடுகிறவர்களுக்கும், நம்பிக்கையற்றவர்களுக்கும் பொதுவாக இருப்பது அறம். அந்த அறம் மண்ணின் மாட்சியாக இருக்க வேண்டும்.

மூன்று கேள்விகளை ஆத்திகர்களிடமும், நாத்திகர்களிடமும் கேட்டார்கள்.

முதல் கேள்வி, நீங்கள் தொடர்வண்டியை ஓட்டிக்கொண்டிருக்கிறீர்கள். ரயில் நிலையத்தை நெருங்கும்போது நீங்கள் செல்ல வேண்டிய பாதையில் ஐந்து குழந்தைகள் விளையாடிக்கொண்டிருக்கின்றன. இன்னொரு பாதையில் ஒரே ஒரு குழந்தை நடந்து கொண்டிருக்கிறது. வழக்கமாகச் செல்லும் பாதையில் நீங்கள் விதிகளின்படி செலுத்தினால் ஐந்து குழந்தைகள் இறக்க நேரிடும். மாறாக ஒரு குழந்தை நடக்கிற இருப்புப் பாதையில் செலுத்தினால் ஒன்று மட்டுமே இறக்கும். நீங்கள் என்ன செய்வீர்கள்?

இரண்டாவது கேள்வி, குளத்தில் குழந்தை ஒன்று மூழ்குவதை நீங்கள் பார்க்கிறீர்கள். நீங்கள் குழந்தையைக் காப்பாற்றலாம். ஆனால் உங்கள் கால்சட்டை அதனால் பழுதுபடும். என்ன செய்வீர்கள்?

மூன்றாவது கேள்வி, ஐந்து பேர் உடலுறுப்புகள் பழுதாகி சிகிச்சை பெறுகிறார்கள். காத்திருக்கிற அறையில் உள்ள ஒருவரைக் கொன்று அவருடைய உறுப்புகளைக் கொண்டு ஐவரைக் காப்பாற்றலாம். என்ன செய்வீர்கள்?

இந்தக் கேள்விகளைக் கேட்டபோது 90 விழுக்காட்டினர் வண்டியின் போக்கை மாற்றி ஒருவர் கொல்லப்பட்டாலும் ஐவர் காப்பாற்றப்பட அனுமதிக்கலாம் என்றனர். 97 விழுக்காட்டினர் கால்சட்டை பழுதானாலும் குழந்தையைக் காப்பாற்ற வேண்டும் என்று கூறினர். 97 விழுக்காட்டினர் ஆரோக்கியமான நபரைக் கொன்று ஐவரைக் காப்பாற்றுவது அறநெறிப்படி தடுக்கத்தக்கது என்று விடை தந்தனர்.

இந்த முடிவுகளை எடுத்ததில் நாத்திகர்களுக்கும், மத நம்பிக்கையாளர்களுக்குமிடையில் புள்ளிவிவரப்படி முக்கியமான வேற்றுமை இல்லை என்று ஹாசர்-சிங்கர் ஆய்வு குறிப்பிடுகிறது. நல்லவராகவோ, தீயவராகவோ இருப்பதற்கு கடவுள் மட்டுமே காரணம் இல்லை என இந்த ஆய்வு குறிப்பிடுகிறது. எனவே நம் மனத்தை பிரபஞ்சம் அறநெறியின்படி வடிவமைத்திருக்கிறது. அதை சுயநலத்தின் காரணமாக நாம் மீறுகிறோம். அதற்கும் டாக்கின்ஸ் உதாரணம் தருகிறார்.

1969 அக்டோபர், 17இல் மாண்டிரியால் நகரில் காவலர்கள் வேலை நிறுத்தம் செய்தனர். முற்பகல் 11.20 மணிக்கு முதல் வங்கி கொள்ளையிடப்பட்டது. கடைகள் சூறையாடப்பட்டன. தங்கும் விடுதிகள் உடை.த்து களவாடப்பட்டன. பல இடங்கள் தீ வைக்கப்பட்டன. மக்களை கண்ணியவான்களாக கனடாவில் காவல் துறைதான் வைத்திருந்தது என்பது தெரிகிறது.

உலகெங்கிலும் மக்கள் உயிருக்கும் உணவுக்கும் நெருக்கடி வராதவரை அற உணர்வோடு இருக்கிறார்கள். அவர்களுடைய இருத்தல் கேள்விக்குறியாகும்போது எல்லாவற்றையும் காற்றில் பறக்கவிட்டு விடுகிறார்கள்.

ஆன்மீகம் என்பது அறநெறி சார்ந்தது. அடுத்தவர்கள் மேற்பார்வை பார்க்க வேண்டிய அவசியம் இல்லாதது. நாம் நமக்காக வாழத் தொடங்குவது. மற்றவர்கள் நம்மைப் பாராட்ட வேண்டும் என்பதற்காக பிரயாசைப்படாமல் இருப்பது.

உண்மையான ஆன்மீகவாதி தேவையற்ற பயங்களுக்கு உள்ளாவதில்லை. வருகிறபோது பார்த்துக்கொள்ளலாம் என வாழ்பவர்கள். ஏனென்றால், அவர்கள் பெரும்பான்மையான அச்சங்கள் எதிர்காலம் குறித்த மிகைப்படுத்தப்பட்ட எண்ணங்கள் என்பதை உணர்ந்தவர்கள். எனவே அவர்கள் நிகழ்காலத்தில் இருப்பவர்கள்.

நாம் உண்மையான ஆன்மீகத்தின் வாசலில்கூட நுழையத் தயாராக இல்லை. சடங்குகளைக் கெட்டியாகப் பிடித்துக்கொண்டிருக்கிறோம். சடங்குகள் எளிது. யார் வேண்டுமானாலும் செய்யலாம். அல்லது நமக்காக யாராவது செய்யலாம். யார் வேண்டுமானால் நமக்காக அர்ச்சனை செய்யலாம், தேங்காய் உடைக்கலாம். நமக்காக வேறொருவர் தியானம் செய்ய முடியாது. உடற்பயிற்சியையும், தியானத்தையும்

நேர்முக உதவியாளர் செய்ய முடியாது. எனவே நாம் சடங்குகளுடன் திருப்தியடைந்து விடுகிறோம்.

நம் மனத்தை நாம் உள்நோக்கிப் பார்ப்பதில்லை. நம்முடைய பக்தி வெளியே தேடுவது குறித்து இருக்கிறதே தவிர, உள்ளே தேடுவதுபற்றி இல்லை. உள்ளே தேடுவது கடினம். எண்ணங்களை கூர்ந்து நோக்குவதும் அவற்றை உதிர்ப்பதும் சிரமமான பயிற்சிகள். நாம் இன்னொருவருடன் பேசாமல் ஒரு மணி நேரம் இருப்பது மிகப் பெரிய தண்டனை. நமக்கு பேச்சு முக்கியம். கலீல் கிப்ரான் தன்னுடன் அமைதியாக இல்லாதவன் எப்போதும் பேசிக்கொண்டிருக்கிறான் என்று குறிப்பிடுகிறார். நாம் கிட்டத்தட்ட அந்த நிலையில் இருக்கிறோம்.

பேசுவது நமக்கு முக்கியத்துவத்தைத் தருகிறது. அமைதியாக இருப்பவர்களை யாரும் கவனிப்பதில்லை. பேசுபவர்களைத்தான் உற்றுநோக்குகிறார்கள். பேசுவதால் நமக்குப் பெருமை சேர்கிறது. அவர்களை உலகம் திரும்பிப் பார்க்கிறது. கோயிலில்கூட சத்தமாகக் குரலெடுத்து பாடுபவர்களை எல்லோரும் திரும்பிப் பார்க்கிறார்கள். நாம் மற்றவர்களைவிட உயர்ந்தவர்கள் என்பதைத் தொடர்ந்து மற்றவர்களுக்குச் சொல்லிக்கொள்ளும் முயற்சியில் ஈடுபடுகிறோம்.

அமைதியாக இருக்கும்போது நாம் இல்லாததுபோன்ற உணர்வு ஏற்படுகிறது. நாம் கரைந்துபோனதைப்போலத் தோன்றும்போது நமக்கு பயம் ஏற்படுகிறது. நம்மைக் கண்டுகொள்ள யாரும் இல்லையோ என்ற ஏக்கம் உண்டாகிறது. அதனால் நாம் மௌனமாக இருப்பதற்குத் தயாராக இல்லை. தப்பாகப் பேசுவதற்குக்கூடத் துணிகிறோமே

தவிர, நியாயமான மௌனத்துடன் இருப்பதற்குத் தயாராக இல்லை.

தமிழ்நாட்டில் மௌனமாக இருந்தால் யாரோ மரணித்திருக்கிறார்கள் என்று பொருள். அப்போது இரண்டு நிமிடம் மௌனம் அனுஷ்டிக்கும் போதுகூட பலரால் அமைதியாக இருக்க முடிவதில்லை. இமைகளைத் திறந்து அடுத்தவர்கள் என்ன செய்கிறார்கள் என்று ஓரக்கண்ணில் பார்க்கிறார்கள். இது எப்படி எனக்குத் தெரியும் என்று கேட்காதீர்கள்.

ஆன்மீகவாதி அற உணர்வுடன் திகழ்பவன். அவன் உயர்ந்த நோக்கத்தை மையமாக வைத்து அதை நோக்கி ஒவ்வோர் அடியையும் ஆழமாக வைப்பவன். அவன் சுயநலமில்லாமல் அதை நோக்கிப் பயணிப்பவன். உண்மையைத் தேடும் முயற்சியில் அர்ப்பணிப்பவன். உண்மைக்குச் சார்பாக வாழ்வதற்காகத் துயரங்களை ஏற்றுக்கொள்பவன். புகழையும் பொருளையும் கருதி எந்த செயலிலும் ஈடுபடாமல் பொதுவான நன்மைக்காக பாடுபடுபவன். பணி முடிந்ததும் மக்கள் அதைச் செய்தார்கள் என்று அந்த வெற்றியை அவர்களுக்கு சொந்தமாக்கிவிட்டு நிஷ்காமயோகியாக எதற்கும் விருப்பப்படாமல் அடுத்த பணியை நோக்கிச் செல்பவன். அவன் வானத்தில் பூந்தோட்டமாக மலர்ந்திருக்கும் நட்சத்திரங்களை நோக்கிப் பார்வையை விரியவிட்டு காலுக்கடியிலிருக்கும் சகதியை உதாசீனம் செய்துவிட்டு பயணிப்பவன். அவன் எல்லோரையும் நேசிப்பவன். தேவையில்லாமல் ஓர் இலையைக்கூடப் பறிக்க மாட்டான். அவன் நடக்கிறபோது அவன் கால்களுக்கடியில் ஊரும் எறும்புகளுக்குக்கூட தீங்கு ஏற்படாது. அவனால் எல்லோரையும் நேசிக்க

முடியும், எதிர்பார்ப்பில்லாமலேயே. அவன் தன் வாழ்வையே வேள்வியாகவும், வார்த்தைகளையே யாகமாகவும் எண்ணி வாழ்பவன். அவன் மரணத்தைக் கண்டு பயப்பட மாட்டான். அதுவரை வாழ்ந்ததற்காக நன்றி சொல்வான். அவனுக்கு இருத்தலின் மீது விமர்சனங்கள் இல்லை. நன்றியறிதல் மட்டுமே உண்டு. அவன் ஒவ்வொரு நாளையும் புனிதமானதாக மாற்றுவான். அவன் கைகள் அடுத்தவர்களை தூக்கிவிடுவதற்காக பரிணாம வளர்ச்சி கண்ட பயன்பாடு என்று கருதுவான். அவன் விழிகளை அடுத்தவர்களுக்கு வெளிச்சம் தர இயற்கை கொடுத்த சீதனம் என்று கருதுவான். மற்றவர் கண்ணீரைத் துடைப்பதிலும், தாகத்தைத் தீர்ப்பதிலும் அவனுடைய வேண்டுதல்கள் நிறைவேறியதாகக் கருதிக்கொள்வான். அவனுக்கு ஏக்கங்கள் இல்லை. மகிழ்ச்சி மட்டுமே உண்டு. அவனைப் பொருத்தவரை தினம்தினம் திருவிழா. வாழ்வே கொண்டாட்டம்.

இதை அடைவது எளிதல்ல, அதே நேரத்தில் அது இயலாததுமல்ல.

நம் மண்ணை ஆன்மீக பூமியாக மாற்றிக்கொள்வதற்கு தனியே பயிற்சிகள் தேவையில்லை. ஒட்டுமொத்த வாழ்க்கையும் ஆன்மீக யாத்திரைதான். அதற்காக தனியே நேரம் ஒதுக்கத் தேவையில்லை. விழிப்பதிலிருந்து உறங்குகிறவரை நாள் முழுவதையும் ஆன்மீகமாக்கிக் கொள்ள முடியும்.

எழும்போது இன்றைய நாளை உன்னதமாக்குவேன் என்று சொல்லலாம். இருபத்து நான்கு மணி நேரத்தில் எவ்வளவோ செய்யலாம். நலிந்த மனிதர் ஒருவருக்கு வலிந்து சென்று உதவலாம். துயரம் கப்பியிருக்கும் முகத்தில் புன்னகையை வரவழைக்கலாம். வழி தெரியாமல் விழித்துக்கொண்டிருக்கும் ஒருவருக்கு சரியான பாதையைக் காட்டலாம். சுமக்க முடியாமல் செல்லும் ஒருவருக்கு கைகொடுக்கலாம். எதிர்காலத்தை எப்படி அமைப்பது என நாடி வருகிறவருக்கு ஆலோசனை தரலாம். நம் மீது நேசம் செலுத்த யாரும் இல்லை என்று நினைப்பவருக்கு நம் புன்னகையால் நம்பிக்கையை ஏற்படுத்தலாம். பாதையைக் கடக்க முயல்பவருக்கு ஊன்றுகோலாய் உதவலாம். வாகனத்திலிருந்து விழுபவரைத் தூக்கி விடலாம். மனமுடைந்த ஒருவருக்கு மருந்தான வார்த்தைகளைச் சொல்லி அவர்கள் காயங்களுக்குக் கட்டுப்போடலாம். செய்கிற பணியில் இன்று முடிந்த அளவிற்கு வேகமாகவும் விரைவாகவும் தீர்வுகளைக் காண்பேன் என்று முடிவு செய்யலாம். மற்றவர்கள் உயர்வில் கைதட்டி மகிழலாம். குழந்தைகளின் பூரிப்பில் சிலாகிக்கலாம்.

படுக்கையிலிருந்து எழுகிறபோதே இவ்வாறு சங்கற்பம் செய்துகொண்டு எழுந்தால் நாள் உன்னதமாகி விடாதா!

விடியலில் ஞாயிற்றின் பொற்கிரணங்கள் பூமியை முத்தமிடுகிறபோது, பறவைகள் பாடலோடு அதை வரவேற்கின்றன. மொட்டுக்கள் மலர்ந்து அவற்றிற்கு ஆரத்தி காட்டுகின்றன. செடிகள் இலைகளைத் துளிர்த்து இன்பமடைகின்றன. அலைகள் பொன்மயமாகி பிரதிபலிக்கின்றன. மனிதன் மட்டுமே விடியலை வைதுகொண்டே எழுகிறான்.

ஆன்மீகம் நிரம்பப் பெற்றவர்கள் வாழ்வின் நிச்சயமற்ற தன்மையை உணர்வார்கள். அவர்கள் எத்தனையோ பேர் தூங்கச் சென்று துயிலெழாமலேயே நிரந்தர உறக்கத்தில் நிலைகுத்திவிட்டார்கள் என்பதை அறிவார்கள். எனவே விடியும்போது வாழ்த்திக்கொண்டு எழுவார்கள். இன்னொரு நாள் இந்த உலகில் வாழ வாய்ப்புக் கிடைத்திருக்கிறது என்று பிரபஞ்சத்திற்கு நன்றி சொல்லுவார்கள்.

ஆன்மீக வழியில் வாழ விரும்புகிறவர்கள் பூமியிடம்கூட வன்மத்தோடு நடந்துகொள்ள மாட்டார்கள். மண்ணை மிதிப்பதற்கும் மன்னிப்பு கேட்பார்கள்.

ஆன்மீகத்தின் சாரம் வாழ்க்கையை வெறுப்பதில் அல்ல, ரசிப்பதில் இருக்கிறது. உலகு மாயை என்றால் படைப்பையும், படைத்தவரையும்

பரிகசிப்பதற்கு சமம். ஆன்மீகவாதிகள் உலகை ரசிப்பவர்கள். பறவைகளை, பூக்களை, குடையாய் விரியும் மரங்களை, நீலக்கம்பளம் விரிக்கும் அலைகடலை, கோல மாவாய் விரியும் மணற்பரப்பை, தழுவிச் செல்லும் தென்றலை, தாலாட்டும் மேகத்தை அவர்கள் ரசிப்பார்கள். இருத்தலை ரசிப்பது இருத்தலோடு நமக்கு இருக்கும் கண்ணுக்குத் தெரியாத தொப்புள்கொடியை இறுக்கிக் கட்டுவதற்குச் சமம்.

ஆன்மீகம் எழுந்தவுடன் செய்தித்தாளைத் தேடி அலைவதில் இல்லை. சன்னல்களை அகல விரித்து அழகிய உலகத்தை அன்போடு தரிசிப்பதில் இருக்கிறது.

எல்லா செயல்களிலும் விழிப்புணர்வைக் கலப்பதே ஆன்மீகம். பல் துலக்கும்போதும் பஜனையைப்போல் செய்வது, குளிக்கிறபோது வாளித் தண்ணீரையே வைகைத் தண்ணீராக நினைத்துக்கொள்வது, ஊற்றும் நீரை உடலுக்கான அபிஷேகமாகக் கருதுவது என காலைக் கடன்களிலும் கடவுட்தன்மையை கலப்பதே ஆன்மீகமயமான வாழ்க்கை.

ஆன்மீகவாதிகள் செய்கிற செயல்களை தூய்மையாகச் செய்கிறார்கள். அவர்கள் குளித்துவிட்டு வருகிற குளியலறை உள்ளே சென்றபோது இருந்ததைவிட தூய்மையாக இருக்கும். துண்டைக்கூட நேர்த்தியாக கொடியில் போடுவார்கள். விழிப்புணர்வு இருப்பதால் ஒரு சொட்டுத் தண்ணீரையும் விரயம் செய்ய மாட்டார்கள். அவர்கள் அந்த நொடியில் முழுமையாக ஈடுபடுவதால் உற்சாகத்துடன் இருப்பார்கள். அவர்கள் வேறொரு சிந்தனையுடன் செய்கிற செயலை கவனச் சிதைவின்றி ஒருபோதும் செய்ய மாட்டார்கள்.

ஆன்மீகவாதிகள் உண்கிற உணவை பிரசாதமாக எண்ணுவார்கள். அது இறைமைக்குச் செய்கிற நைவேத்தியம் என்று நினைப்பார்கள். அவர்கள் தேநீரைப் பருகுகிறபோது ஒவ்வொரு சொட்டையும் ருசித்துப் பருகுவார்கள்.

ஜென் மரபில் தேநீர் பரிமாறும் சடங்கு ஒன்று உண்டு...

தோட்டத்தின் நடுவே வட்ட வடிவில் குடிலொன்று இருக்கும். அதற்குச் செல்லும் பாதையில் புல்வெளிகள். காலை அலம்பிக்கொண்டு உள்ளே சென்று மூங்கில் இருக்கையில் அமர வேண்டும். தேநீரை பரிமாறுவார்கள். வாங்கி மௌனமாக ரசித்து ருசித்து அருந்த வேண்டும். அதைச் செய்வது தியானமாக ஆகிவிடும். அந்த நொடி முழுமையானதாக மாறும்.

சடங்கு இல்லாவிட்டாலும் தேநீரை உயிர்நீராகவும், தண்ணீரைத் தீர்த்தமாகவும் நன்றி உணர்வோடு பருகுவது ஆன்மீகம். உண்ணும்போது உணவோடு பலர் சண்டை போடுகிறார்கள். சிலர் வாழ்க்கையில் முதல்முறை சாப்பிடுவதைப்போல அள்ளி விழுங்குவதைப் பார்க்கலாம். சிலரோ வேண்டா வெறுப்பாக சாப்பிடுவதைக் காணலாம். சிலர் எல்லாவற்றையும் வாங்கிக்கொண்டு வீணடிப்பதைப் பார்க்கலாம். சிலர் சாப்பிட்டு எழுந்ததும் தட்டம் இரண்டாம் பானிபட்டுப் போர் நடந்த மைதானம்போல் இருப்பதைக் காணலாம். ஆன்மீகவாதிகள் எத்தனையோ பேர் உண்ண உணவு கிடைக்காமல் சிரமப்படுகிறார்கள் என்பதை அறிந்து தேவையானதை மட்டும் உண்ணுவார்கள். சாப்பிடுவதற்கு முன்பு சாப்பாடு கிடைப்பதற்கு காரணமான அனைவரையும் நன்றி உணர்வோடு நினைத்துக்கொள்வார்கள். அவர்கள் அதிகமாக உண்டு அசமஞ்சமடையவும் மாட்டார்கள். குறைவாக உண்டு சகல நேரமும் உணவைப்பற்றியே நினைத்துக்கொண்டும் இருக்க மாட்டார்கள்.

உணவைப்பற்றியே எண்ணாமல் இருப்பதே உபவாசம். இல்லாவிட்டால் அது பட்டினி.

நல்ல நினைவுகளோடும், நன்றியுணர்வோடும் உணவை உண்டால் அது உபத்திரவம் தருவதில்லை. உணவு உபயமாக இருக்க வேண்டுமே தவிர அபாயமாக இருக்கக் கூடாது. நமக்கான உணவை உண்ண

வேண்டுமே தவிர அடுத்தவர்கள் சோற்றை அபகரிக்கக் கூடாது. பலரிருக்கும் இடத்தில் எல்லோருக்கும் வேண்டுமென்ற எண்ணத்தில் சாப்பிட வேண்டும். ருசியானதை நாம் மட்டும் சாப்பிட வேண்டும், மற்றவர்களுக்குக் கிடைத்தாலென்ன, கிடைக்காவிட்டால் என்ன என்று எண்ணக் கூடாது.

உடைகள் நம்மை கௌரவப்படுத்தும் வகையில் கம்பீரமாக இருக்க வேண்டும். மென்மையான உடைகள், உடலை இறுக்கமாக ஆக்காத உடைகள், உயிரினங்களை வருத்திப் பெறாத உடைகள் அவசியம்.

கல்வி கற்கும்போது நமக்காக மட்டும் அறிவைப் பெறுவது சுயநலமிகளின் இலக்கு. அவர்கள் தாங்கள் படிப்பது யாருக்கும் தெரிந்துவிடக் கூடாது என்பதில் குறியாக இருப்பார்கள். ரகசியமாகப் படித்து வெற்றி பெற்று தாங்கள் மட்டும் சகல சௌபாக்கியங்களையும் பெற்றுவிட வேண்டும் என எண்ணுவது ஆன்மீகத்திற்குப் புறம்பானது.

விவேகானந்தர் சுயநலத்தோடு செய்கிற எதுவும் ஒழுக்கமின்மைதான் என்று குறிப்பிட்டார். இஸ்லாத்தில் தீர்ப்பு நாளில் நாம் அறிவை முறையாகப் பயன்படுத்தியிருக்கிறோமா என்று கேட்கப்படும் என்று குறிப்பிடப்பட்டிருக்கிறது.

அறிஞர் அண்ணா பட்டமளிப்பு விழா உரையில் "அறிவு அடுத்தவர்களுக்குப் பயன்படுவதற்காக" என்று குறிப்பிட்டிருக் கிறார். மலர் வாசனையை தனக்குள் மூடிவைத்துக்கொள்வதில்லை. அறிவு பெற்றவர்கள் அதை மலரைப்போல, மழை மேகத்தைப்போல, ஓடும் நதியைப்போல உலகம் செழிக்கப் பயன்படுத்த வேண்டும்.

நாம் எந்தச் செயலைச் செய்தாலும் அதை நாம் மட்டும் செய்வதாக நினைத்தால் ஆன்ம பலம் அகப்படாது. அதை இறைமையோடு சேர்ந்து செய்வதாகக் கருதிக்கொண்டால் அதில் தெய்வீகத்தன்மை சேர்ந்துவிடுகிறது. அது அழகானதாகவும், உன்னதமானதாகவும் மாறிவிடுகிறது. கல்வியை நாம் அறிவாளி என்று காட்டிக்கொள்வதற்காகவோ, மேதை என்று உணர்த்துவதற்காகவோ பெறாமல் இச்சமுதாயத்தில் ஏதேனும் ஒரு

வகையில் பங்களிப்பு செய்வேன் என்ற பரந்த உள்ளத்தோடு அணுகினால் கற்பது கற்கண்டாகும், பாடங்கள் பரவசமாகும்.

நான் ஏற்கெனவே குறிப்பிட்டதைப்போல விழிப்புணர்வோடு இருப்பவர்கள் எதைச் செய்தாலும் அது தியானம். அவர்கள் தனியாக கண்களை மூடி கதவை அடைத்து தியானம் செய்ய வேண்டிய அவசியம் இல்லை. மூச்சுக் காற்றை உற்றுக் கவனித்தால் அது தியானம். நடக்கிறபோதும் விழிப்புணர்வைக் கூட்டினால் அது தியானம். வாள் பயிற்சியின் மூலம் ஒட்டுமொத்த விழிப்புணர்வை அதிகரிப்பது ஜப்பானில் சாமுராய் மரபாக இருந்தது. இந்தியாவிலிருந்து சீனத்திற்குச் சென்றது பௌத்தம். அதோடு போர்க்கலை முறைகளும் சென்றன.

நாம் நாள் முழுவதும் செய்கிற பணிகளை விழிப்புணர்வோடு செய்தால் வாழ்வு ஆன்மீகமாக ஆகிவிடும். தேர்வு எழுதுகிறபோது மூன்று மணி நேரம் முழுமையான விழிப்புணர்வோடு அறையில் அமர்கிறோம். அதே விழிப்புணர்வை வாழ்வின் மற்ற தருணங்களுக்கு நீட்டிக்க நாம் முயல்வது இல்லை. ஞானிகள் எல்லா நேரங்களிலும் விழிப்புணர்வுடன் இருக்கிறார்கள். அவர்கள் தூங்குகிறபோதுகூட விழிப்புணர்வுடன் திகழ்பவர்கள்.

உச்சபட்சவிழிப்புணர்வே ஆன்மீகத்தின் நோக்கம். அப்படி அடைபவர்கள் பிரபஞ்ச மையமாக ஆகிவிடுகிறார்கள். ஜே. கிருஷ்ணமூர்த்தி மெய்ஞானம் பெற்றதும் அனைத்திலும் அவர் பிரதிபலிப்பதை உணர்ந்ததாகக் குறிப்பிடுகிறார்.

அப்படிப்பட்ட விழிப்புணர்வு கொண்டவர்கள் மற்றவர்கள் என்ன சிந்திக்கிறார்கள் என்பதைக்கூட அறிய முடியும். அவர்கள் பிரபஞ்சத்தின் மெல்லிய அதிர்வுகளைக்கூடத் தெரிந்து வைத்துக்கொள்ளும் திண்மை பெற்றவர்கள். எங்கோ நடக்கும் பூகம்பம் அவர்கள் இதயத் துடிப்பை எகிறச் செய்யும்.

விழிப்புணர்வு கொண்டவர்கள் படிக்கும்போது அதைத் தவமாகச் செய்வார்கள். அவர்கள் புத்தகங்களோடு தவழ்வார்கள்.

படிப்பு அவர்களுக்கு இதயத்தில் மடிப்பு ஏற்படுத்தாத, மூளையில் வெடிப்பு ஏற்படுத்தாத இனிய ரசவாதம். அவர்கள் அந்தப் படிப்பை ஏட்டுச் சுரைக்காயாக ஆக்காமல் வாழ்க்கையோடு தொடர்புபடுத்தி வாசிப்பார்கள். அவர்கள் பெற்ற கல்வி பேரறிவாளன் திருவாக, நயனுடையான் பழ மரமாக, பெருந்தகையான் மருந்து மரமாக அனைவருக்கும் பயன்படும்.

பக்தி செய்கிற பலர் கோயிலில் உருகுவதையும், வெளியே வந்து பூ விற்பவர்களிடம் எரிந்து விழுவதையும் பார்க்கிறோம். ஞாயிற்றுக்கிழமை மனம் திருந்திய மைந்தர்களாக வலம் வந்து திங்கட்கிழமையே மறுபடி பாவம் செய்யத் தொடங்கும் பக்தர்களைப் பார்க்கலாம்.

உண்மையான ஆன்மீகவாதியை அடையாளம் காண வேண்டுமென்றால் முகம் தெரியாதவர்களிடம் அவர்கள் எப்படி நடந்துகொள்கிறார்கள் என்று பார்க்க வேண்டும். சிலர் தேவையில்லாமல் எல்லோரிடமும் எரிந்து விழுவதைப் பார்க்கலாம். வன்மம் செயலில் மட்டும் இருக்கிற சேதாரம் மட்டுமல்ல. அது சொல்லிலும் இருக்கும் செய்நேர்த்தி. சொல்லைச் செயலாக மாற்றும் துணிவு இல்லாத பலர் அகிம்சைவாதிகளாக அறியப்படுகிறார்கள்.

நம் வாய்க்குள் என்ன போகிறது என்பது முக்கியமல்ல, அதிலிருந்து என்ன வெளிவருகிறது என்பதே முக்கியம் என பேசுவதின் மகத்துவத்தை ஏசுபிரான் குறிப்பிட்டார்.

வலிமையானவர்கள் முன்பு பேசும் அன்புமயமான சொற்கள் முக்கியமல்ல. நாம் எப்படி பலவீனமானவர்களிடம், ஆதரவற்றவர்களிடம் நடந்துகொள்கிறோம் என்பதே நம் ஆன்மீக நெறியைத் தீர்மானிக்கிறது. பரிச்சயமான இடத்தில் நாம் காட்டுகிற பண்பு முக்கியமல்ல. முன்பின் தெரியாத இடத்தில் எவ்வளவு நாகரிகத்துடன் நடந்துகொள்கிறோம் என்பதே முக்கியம். நாம் அன்பு செலுத்தவே முடியாதவர்கள் மீது அன்பு செலுத்துவது ஆன்மீக விசாரம்.

எனக்குத் தெரிந்து சிலர் ஆயுள் கைதிகளின் வாரிசுகளுக்கு கல்வி தருகிற பணியைச் செய்து வருகிறார்கள். சிலர் சிறைக் கைதிகளுக்கு கல்வி புகட்டுகிறார்கள். தொழுநோயாளிகளுக்கு சேவகம் செய்கிறார்கள். அவர்கள் என்ன கைம்மாறு செய்துவிடப் போகிறார்கள். வாழ்க்கையில் ஏதேனும் ஒரு வகையில் இந்த உலகத்தை இன்னும் நம்பிக்கை கொண்ட இடமாக மாற்ற வேண்டும் என்பதுதான் அவர்கள் நோக்கம். அவர்கள் எதற்காகத் தனியாக யாகம் செய்ய வேண்டும்!

செய்கிற பணி எதுவாக இருந்தாலும் அதற்கான மரியாதை வழங்கப்பட வேண்டும். கழனியில் வேலை செய்கிறவர்களும், கணினியில் பணி பார்ப்பவர்களும் ஒரே மாதிரி நடத்தப்படும் சமூகமே ஆரோக்கியமானது. உடலால் உழைப்பவர்களுக்கு கௌரவம் அளிக்கிற சமூகம் உன்னதமானது.

நாம் செய்கிற பணி நம்மை இருத்தலோடு பிணைக்கிற பணி. நாம் எத்தனையோ மூலாதாரங்களை பலருடைய உழைப்பிலிருந்தும், பூமியின் மேனியிலிருந்தும் பெற்று வருகிறோம். அதற்கு ஏதேனும் திருப்பிச் செய்ய வேண்டும் என்று எண்ணுவதே ஆன்மீக உள்ளம்.

நம் பணி ஏதேனும் ஒரு வகையில் இவ்வுலகத்தில் அறிவின் அடர்த்தியையோ, அழகியல் உணர்வையோ, இதயத்தின் ஈரத்தையோ அதிகப்படுத்த வேண்டும். நம் பணியில் எந்தவிதமான சமரசங்களும் செய்துகொள்ளாமல் தூய்மையாகப் பணியாற்றுவதும் ஆன்மீகப் பாதையில் செல்லும் யாத்திரைக்கு ஒப்பானது. யாரிடமும் கையேந்தாமல், எதற்காகவும் குறுக்குவழியில் செல்லாமல், ஆட்சியாளர்கள் அளிக்கிற

சலுகைகளுக்காக துண்டுச்சீட்டு கொடுக்காமல் சம்பளமே எதேஷ்டம் என்று மக்களுக்குப் பணியாற்றுவதற்கு வாய்ப்பு கிடைத்ததற்காக மகிழ்ச்சி அடைகிறார்களோ அவர்கள் ஆன்மீகவாதிகள்.

பெரியார் ஒரு முறை, 'நான் மூட்டை தூக்குகிறபோது அந்த மூட்டையின் கனத்தால் என் முதுகு வளைந்திருக்குமே தவிர, மூட்டை தூக்குகிறேனே என அதை அவமானமாக எண்ணி என் முதுகு குறுகியதில்லை' என்று குறிப்பிடுகிறார்.

செய்கிற பணியில் இல்லை, செய்கிற விதத்தில்தான் அதன் மேன்மை அடங்கியிருக்கிறது. நாம் தோட்டத்தைத் தூய்மைப்படுத்தினாலும் அதை நேர்த்தியாகவும், ஈடுபாடாகவும் செய்தால் அது உன்னதமான பணியாக ஆகிவிடுகிறது.

இருத்தல் நமக்கு எவ்வளவோ வழங்கியிருக்கிறது. அவை நமக்காக மட்டுமல்ல. அனைவருக்குமானவை. நமக்குக் கிடைக்கும் வருமானம்கூட நமக்கே சொந்தமானது என்று எண்ண வேண்டியதில்லை. அதில் ஒரு பகுதியையாவது பரோபகாரம் செய்கிறபோது அது பிரார்த்தனையாகி ஆகிவிடுகிறது.

ஜார்ஜ் குல்ஜிஃப் நாம் எதை மற்றவர்களுக்குக் கொடுக்கிறோமோ அதுவே நமக்குச் சொந்தமானது என்று குறிப்பிடுகிறார். மற்றவர்களுக்கு அளித்துவிட்டு சாப்பிட வேண்டும் என்பதை நபிகள் நாயகம் வற்புறுத்தினார்.

எல்லோரும் பணத்தைக் கொடுக்க வேண்டும் என்கிற அவசியமில்லை. அதற்கான தேவையுமில்லை. வழியில் போகிறபோது அன்பைக் கொடுக்கலாம், ஒரு புன்னகையைச் சிந்தலாம், ஒரு நட்புணர்வைப் பரிமாறலாம். ஒரே ஒரு நாள் காலையிலிருந்து இரவு வரை நாம் சந்திக்கிற மனிதர்களிடமெல்லாம் இனிமையாகப் பேசுவது என்று முடிவெடுத்தால் அந்த நாள் முழுவதும் மகிழ்ச்சி மத்தளம் கொட்டுவதைப் பார்க்கலாம். இன்று ஒரே நாள் வழியில் தென்படுகிற அனைவரையும் பார்த்து பாசாங்கற்ற புன்னகையைச் சிந்துவது என முடிவெடுத்தால் அது அத்தனை கவலைகளையும் ஆவியாக்கச் செய்வதைப் பார்க்கலாம். ஒரே ஒரு நாள் மென்மையாக மற்றவர்களிடம் நடந்துகொண்டால் எல்லோரும் நம் மீது அன்பைப் பொழிவதைப் பார்க்கலாம். உதிரிப்பூவைக் கொடுத்தால் பூங்கொத்தைத் திருப்பித் தருகிற உலகம் இது என்பதை நாம் உணர முடியும்.

நன்றி சொல்வதில் இருக்கிறது ஆன்மீகம். நன்றியை சொற்களால் மட்டும் சொல்ல வேண்டியதில்லை. பல நேரங்களில் இல்லாத நன்றியை இதழ்களில் ஏந்திப் பிடிப்பது நாகரிகமாக இருக்கிறது. பலருடைய நன்றி அறிவித்தல் குறுஞ்செய்தியோடு குறுகி விடுகிறது. நன்றியை கண்களில் வழியும் அன்பினால் தெரிவிக்கலாம். இனி நடந்துகொள்ளும் தன்மையால் அறிவிக்கலாம். ஆனால் உண்மையான நன்றி நமக்கு ஒருவர் உதவியதைப்போல நாமும் பலருக்கு உதவுவதில் அடங்கியிருக்கிறது.

ஆன்மீக உணர்வு கொண்டவர்கள் நாம் விடுகிற மூச்சு வாழ்வை நீட்டிக்க உதவுகிறது என்கிற அதே நேரத்தில் நம் வாழ்வில் இன்னொரு மூச்சு நம்மை விட்டுச் சென்றுவிட்டது என்கிற உண்மையையும் அறிவார்கள். அவர்கள் வயதாவதை வசீகரத்துடன் ஏற்றுக்கொள்வார்கள். உண்மையான ஆன்மீகவாதிகளுக்கு வயோதிகம் வரவர வசீகரம் கூடும். இளமையிலிருந்ததைவிட முதுமையில் மாங்கனி மாம்பழம் ஆனதைப்போல அழகாக மாறுவார்கள். நமக்கு முதுமை வருகிறது என்பதை உணர்வதே முதிர்ச்சி. அது நம் சொல்லாடலில் வெளிப்படும். நம்மோடு பழகுகிற அனைவருக்கும் உற்சாகத்தைத் தர வேண்டுமே தவிர விரக்தியை விநியோகிக்கக் கூடாது. இந்த வாழ்க்கையை நேசிப்பதற்கு நம் அனுபவங்கள் பயன்பட வேண்டும். மரத்தின் அடியில் இளைப்பாறுபவன்கூட திருப்தியோடு திரும்பிச் செல்கிறான். சில மனிதர்களிடம் சென்றவர்கள் இன்னும் சோர்வாக அவர்களைவிட்டுச் செல்வதைப் பார்க்கலாம்.

அடுத்தவர்களுக்கு குற்ற உணர்வை ஏற்படுத்துவது ஆன்மீகமல்ல. அவர்களுக்கு நாம் மேன்மையானவர்கள், நம்மால் இன்னும் மேன்மையாக நடந்துகொள்ள முடியும் என்கிற நம்பிக்கையை ஏற்படுத்துபவர்கள் ஆன்மீகவாதிகள்.

மரணம் வருகிறபோது அதை பூரண சம்மதத்துடன் ஏற்றுக்கொண்டு இதுநாள்வரை தன்னை தாங்கிப் பிடித்த உலகத்திற்கு நன்றி சொல்பவர்கள் ஆன்மீகவாதிகள். அவர்கள் நாம் சொல்லும் பெயர் மட்டுமே கடவுளுக்குச் சொந்தம் என்பது குறித்தோ, எந்த வடிவத்தில் ஆலயம் இருக்க வேண்டும்

என்பது குறித்தோ அலட்டிக்கொள்வதில்லை. அடுத்தவர்கள் உணர்வுகளை அவர்கள் மதிக்கிறார்கள். எல்லா திருநாள்களும் அவர்களுக்குத் திருவிழாக்கள். எல்லோரும் ஆன்மீகவாதியாக மாறினால் உலகத்தில் போரில்லை, போட்டியில்லை, சண்டைகளில்லை, கலவரங்களில்லை.

ஒரு நாமம் ஓர் உருவம்
ஒன்றுமிலாய்! ஆயிரம்
திருநாமம் பாடி நாம்
தெள்ளேணம் கொட்டுகிறோம்

அரண் என்றழைப்பினும்
வரன் கொடுப்பவன் நீ
அரிசி என்றிசைப்பினும்
சரி என்றிசைப்பாய்
கர்த்தன் என்றுரைப்பினும்
அர்த்தம் நீதான்
அல்லா எனினும் நீ
அல்லாது வேறு யார் ?

பாகுபெயரோ பாகற்
காய்ப்பெயரோ எப்பெயரும்
ஆகுபெயர் தான் உனக்கு
ஆகாத பெயருண்டோ ?

உயர் மௌன பொருளே!
ஒலிச் சந்தைக்காரர் நாம்
பெயர் நாணயங்களால்
பேரம் உனைப் பேசுகின்றோம்

நின்னை பேர் இட்டழைக்க
நீ என்ன சின்னவனா ?
சின்ன குழந்தைகளின்
சிறு மழலை விரும்புவாயோ ?

எங்கள்
முறையீட்டு மடல்களுக்கு
முகவரி தேவை என்று
இறைவனே நாமுனக்கு

> ஏதோ ஓர் பேர்வைத்தோம்
> எங்கள் முகவரிக்கும்
> மேற்பார்வை முகவரி நீ
> உன் பெயரில் முடிகின்ற
> பெயரெச்சம் நாமெல்லாம்
>
> ஆத்திகர் நாவினிலே நீ
> அமர்ந்திருத்தல் வியப்பில்லை
> நாத்திகரின் நாவினிலும்
> நடம் புரியும் நாயகன் நீ
> 'இல்லை' எனும் பெயரே
> இறைவா! அவருனக்குச்
> சொல்லுகின்ற பெயரென்றால்
> எல்லையுண்டோ உன்பெயர்க்கே!

என்கிற கவிக்கோவின் கவிதைக்கொப்ப புரிதலோடு இறைமையை அணுகுபவர்கள் மானுடர்களை அவர்கள் நம்பிக்கைகளோடு ஏற்றுக்கொள்கிறார்கள். அவர்கள் செய்யும் அத்தனை செயல்களும் இறைமைக்கு அர்ச்சனையாக, அபிடேகமாக, ஆராதனையாக ஆகிவிடுகிறது.

ஆன்மீகவாதிகள் தங்களை இந்த இருத்தலில் சிறுதுளி என்று உணர்ந்ததால் பனித்துளிபோல மூலத்தை அடைய முனைவதால் மனிதப் பிரிவுகளுக்காக மனம் வருந்த மாட்டார்கள்.

ஆன்மீகம் உண்மையாக மலர்ந்தால், படிப்பு சிறக்கும், பணிகள் சிறக்கும், அன்பு தழைக்கும், நட்பு பலப்படும், கருணை வழிந்தோடும், நேர்மை துளிர்க்கும், உலகம் ஆனந்தம் விளையாடும் அற்புத நந்தவனமாக மாறும்.

நன்றி, வணக்கம்.